പോകൂ , നീണ്ട വിടകളൊന്നും കൂടാതെ .

രചയിതാവ് :

Rishi Mendez

സമർപ്പണം :

വേദനയുടെ വിരോധാഭാസം : 'നിങ്ങളെ വേദനിപ്പിച്ച അതേ
വ്യക്തിയിൽ നിന്ന് മാത്രമേ നിങ്ങൾ ആശ്വസിപ്പിക്കപ്പെടാൻ
ആഗ്രഹിക്കുന്നുള്ളൂ' .
അറേബ്യൻ പഴഞ്ചൊല്ല്

ശാരീരികവും വൈകാരികവുമായ പീഡനങ്ങളുടെ കൊടുങ്കാറ്റുകൾ
സഹിച്ച എണ്ണമറ്റ ആത്മാക്കൾക്കായി സമർപ്പിക്കുന്നു. ഈ ഇരുണ്ട
നിഴലുകളിൽ നിന്ന് മാറി പീഡകരിൽ നിന്ന് സ്വാതന്ത്ര്യവും
ശക്തിയും നേടാനുള്ള ശക്തി കണ്ടെത്തുക.

സമ്പർക്കമില്ലാത്ത വഴിയിലൂടെ ഇപ്പോൾ നടക്കുന്നവരോട് .
ശ്വാസംമുട്ടലിന് പകരം ഏകാന്തത തിരഞ്ഞെടുത്തവരോട്, നിങ്ങൾ
തനിച്ചല്ലെന്ന് അറിയുക. വിഷലിപ്തമായ സ്നേഹത്തിൻ്റെ
ചങ്ങലകളിൽ നിന്ന് മോചനം നേടുന്നത് ഭീരുത്വമല്ല. അത് സ്വയം
സംരക്ഷിക്കാനുള്ള നിങ്ങളുടെ കഴിവ് വെളിപ്പെടുത്തുന്നു.
വേർപിരിയലിൻ്റെ വേദനയും നിങ്ങളുടെ ജീവിതത്തിൽ
അവരുമായി യാതൊരു ബന്ധവും പുലർത്താതിരിക്കുന്നതും നിങ്ങളെ
പുതിയ തുടക്കങ്ങളിലേക്കും മാനസിക സൗഖ്യത്തിലേക്കും നിങ്ങൾ
അർഹിക്കുന്ന ജീവിതത്തിലേക്കും നയിക്കും.

ഈ സ്റ്റോറി അനന്തരഫലങ്ങളെക്കുറിച്ചുള്ള ഒരു യാഥാർത്ഥ്യ
വീക്ഷണം പ്രദാനം ചെയ്യുന്നു . ഒപ്പം എങ്ങനെ വിജയകരമായി
മുന്നോട്ട് പോകാം എന്നതിൻ്റെ പ്രത്യാശയുടെയും

ആശ്വാസത്തിൻ്റെയും തന്ത്രങ്ങളുടെയും ഒരു വിളക്കുമാടം പ്രദാനം ചെയ്യുന്നു.

ആമുഖം :

ഹൃദയങ്ങൾ തകർന്നതും മാനസിക സൗഖ്യത്തിനായി കൊതിക്കുന്നതുമായ ഒരു ലോകത്ത്, എന്നെ പീഡിപ്പിക്കുന്നവനുമായുള്ള എല്ലാ സമ്പർക്കങ്ങളും നിർത്താൻ തീരുമാനിച്ചതിന് ശേഷം എൻ്റെ യാത്രയിൽ എനിക്ക് അനുദിനം തോന്നിയതെന്താണെന്ന് ഈ പുസ്തകം പര്യവേക്ഷണം ചെയ്യുന്നു.

നിങ്ങളുടെ യുദ്ധങ്ങൾ വിവേകപൂർവ്വം തിരഞ്ഞെടുത്ത എല്ലാ ധീരരായ അതിജീവിച്ചവർക്കും. മയോപിക് സുപ്പീരിയോറിറ്റി കോംപ്ലക്സുള്ള വ്യക്തികളുടെ അപകർഷതാ കോംപ്ലക്സിൽ നിന്ന് വിരോധാഭാസമായി ഉടലെടുത്ത പ്രഭാവലയത്തിൽ നിന്ന് നിങ്ങൾ രക്ഷപ്പെടുകയാണ്. ഈ ഭൂമിയിൽ നിങ്ങളുടെ ജീവിതം നയിക്കാൻ നിങ്ങൾക്ക് അർഹതയുണ്ട്. അവരുടെ സാന്നിധ്യമില്ലാതെ ജീവിക്കാൻ. എല്ലാ ദിവസവും ഉത്കണ്ഠയില്ലാതെ ജീവിക്കാൻ. പേടിസ്വപ്നങ്ങൾ നിങ്ങളെ ഉണർത്താതെ, പുലർച്ചെ 3 മണിക്ക് വീണ്ടും ഉറങ്ങാൻ പാടുപെടാതെ നിങ്ങൾ നന്നായി ഉറങ്ങേണ്ടതുണ്ട്.

നിങ്ങൾ നിങ്ങളുടെ ഏറ്റവും മികച്ചത് നൽകി. നിങ്ങൾ എപ്പോഴും കേൾക്കുകയായിരുന്നു. എന്നാൽ നിങ്ങൾക്ക് ലഭിച്ചത് ഇരുണ്ട ധ്യാനാത്മക നിശബ്ദത മാത്രമാണ്. ചിലപ്പോൾ, നിങ്ങൾ പൂർണ്ണ നിശബ്ദത പ്രാപിച്ചു. ഈ സമയങ്ങളിൽ നിങ്ങൾ ചിന്തിച്ചത് 'ഞാൻ

എന്തിന് ജീവിക്കണം' എന്നാണ്. ഇപ്പോൾ ഉത്തരം കണ്ടെത്തേണ്ടത് നിങ്ങളാണ്. പോയാൽ മതി. ഇല്ല . നിങ്ങൾ പോകണം.

പിന്നെ വേണ്ടത്, തല തിരിച്ച് മറ്റൊരു വഴിക്ക് നോക്കുക എന്നതാണ്. അതെങ്ങനെ ധൈര്യം എന്ന് ചോദിച്ചേക്കാം. ഇത് ധൈര്യമാണ്, കാരണം എല്ലാവർക്കും അത് ചെയ്യാൻ കഴിയില്ല. തുടരുന്നതിൽ നിങ്ങൾക്ക് എന്തെങ്കിലും അർത്ഥമുണ്ടോ? നിശ്ശബ്ദമായ ശ്വാസംമുട്ടുന്ന പിടി നിങ്ങൾ എന്തിന് സഹിക്കണം? അത് ധൈര്യമാണ് , ദുരുപയോഗത്തിൻ്റെ ചങ്ങലകൾ അറുത്തുമാറ്റാൻ . കൃത്രിമത്വത്തിൻ്റെ ചക്രം അവസാനിപ്പിക്കാൻ ധൈര്യം ആവശ്യമാണ്. അത് എങ്ങനെ സഹിച്ചുനിൽക്കാൻ ഒരു ഒഴികഴിവാണ്. അങ്ങനെ ജീവിക്കുന്നതിൽ നിങ്ങൾക്ക് സന്തോഷമുണ്ടോ?

സംഭവിച്ച ഒന്നിലും ഖേദിക്കേണ്ട. സ്വയം കുറ്റപ്പെടുത്തരുത്. മനുഷ്യരായ നമ്മൾ എന്തിനോടെങ്കിലും ബന്ധം സ്ഥാപിക്കാനും ആളുകളുമായി സമ്പർക്കം പുലർത്താനും ആഗ്രഹിക്കുന്നു. അത് നമ്മുടെ മനുഷ്യ സഹജമായതുകൊണ്ടാണ്. ഇത് നമ്മുടെ ജനിതക കോഡുകളിലേക്ക് വയർ ചെയ്തിരിക്കുന്നു. അതിനാൽ നമ്മൾ ജീവിതത്തിലൂടെ സഞ്ചരിക്കുമ്പോൾ, ആ സഹജവാസനയിൽ ശ്രദ്ധ കേന്ദ്രീകരിക്കുന്നു, ബന്ധങ്ങളിൽ ഏർപ്പെടുന്നു. ചിലപ്പോൾ ഇത് പ്രവർത്തിക്കില്ല. അവ നമ്മെ ശാരീരികമായും വൈകാരികമായും നശിപ്പിക്കുന്നു. ഈ കേടുപാടുകൾ, ബന്ധങ്ങളുടെ സമയത്ത് മനുഷ്യനിൽ നിന്ന് മനുഷ്യനിലേക്ക് സംഭവിക്കുന്ന ഒന്നാണെന്നാണ് നിങ്ങൾ ആദ്യം കരുതിയത്. എന്നാൽ ഇപ്പോൾ നമുക്ക് നന്നായി അറിയാം. അതിനെ ശാരീരികവും മാനസികവുമായ പീഡനം എന്ന് വിളിക്കുന്നു.

എല്ലാം കടന്നുപോകുന്നു. അത് തീരുമ്പോൾ നിങ്ങൾ കാണും, അത് വലിയ സ്നേഹമായിരുന്നില്ല. പ്രണയമെന്ന മിഥ്യാബോധത്തിന് മുകളിൽ ബന്ധമില്ലാത്ത വേദന തിരഞ്ഞെടുക്കാൻ ധൈര്യമുണ്ടോ? . ആ തീരുമാനം നിങ്ങളുടെ പുനർജന്മത്തെ അടയാളപ്പെടുത്തും. ഈ കൊടുങ്കാറ്റിനുശേഷം നിങ്ങളുടെ ശക്തിയും , മനസ്സിൻ്റെ വ്യക്തതയും , നിങ്ങൾ അർഹിക്കുന്ന സ്വാതന്ത്ര്യവും , ഒടുവിൽ സമാധാനവും , ശാന്തതയും നിങ്ങൾ വീണ്ടെടുക്കും.

വേദനയുടെയും ദേഷ്യത്തിൻ്റെയും നിരാശയുടെയും ഇടയിൽ അത് നിങ്ങളെ രൂപാന്തരപ്പെടുത്തുന്നു. ഒടുവിൽ, തകർന്ന വിശ്വാസത്തിൻ്റെയും നുണകളുടെയും ക്രോസ്റോഡുകളിലൂടെ കടന്നുപോകുമ്പോൾ നിങ്ങൾ ശക്തിയുടെയും ശാന്തതയുടെയും തീരത്ത് എത്തുന്നു, അവിടെ നിങ്ങൾ കൊടുങ്കാറ്റുള്ള കടലിനെ ധൈര്യത്തോടെ നേരിട്ട ഒരു കപ്പലിനെപ്പോലെ നിങ്ങളുടെ സ്വന്തം ശക്തി കണ്ടെത്താൻ ദൃഢനിശ്ചയം ചെയ്യും.

ഞാൻ നിങ്ങളോടൊപ്പം ഈ വഴി നടന്നു. വേദന യഥാർത്ഥമാണ്. എന്നാൽ അവസാനം ശാന്തത, നിങ്ങളുടെ വിജയമാണ്, ഇവിടെ നിങ്ങൾ സ്വയം എങ്ങനെ സ്നേഹിക്കാമെന്ന് കണ്ടെത്തും, നിങ്ങളെ വേദനിപ്പിക്കുന്ന എല്ലാം ഉപേക്ഷിക്കാനുള്ള ശക്തി കണ്ടെത്തും.

നങ്കൂരമിടാനും സുഖപ്പെടുത്താനുമുള്ള ഒരു വിളക്കുമാടത്തിലേക്കുള്ള പാതയായി ഈ പുസ്തകം നിങ്ങളെ സഹായിക്കും, മാറ്റത്തിൻ്റെ കാറ്റ് നിങ്ങളുടെ തകർന്ന ഹൃദയത്തെ ഈ വിളക്കുമാടത്തിലേക്ക് നയിക്കട്ടെ. നമ്മുടെ കഥ മാറ്റിയെഴുതാനും വീണ്ടും സന്തോഷം അവകാശപ്പെടാനും നമുക്കെല്ലാവർക്കും ശക്തിയുണ്ടെന്ന് ഇവിടെ ഓർമ്മിപ്പിക്കുന്നു.

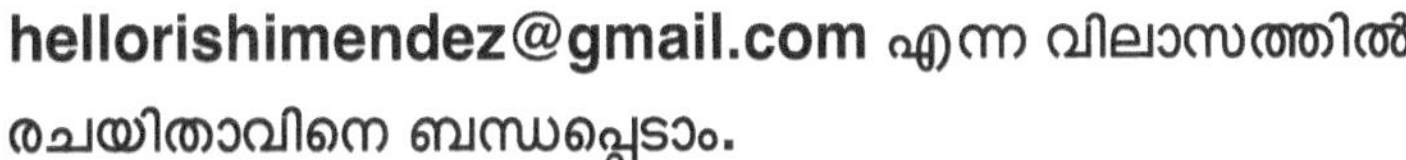 **hellorishimendez@gmail.com** എന്ന വിലാസത്തിൽ രചയിതാവിനെ ബന്ധപ്പെടാം.

 ഉള്ളടക്ക പട്ടിക :

അധ്യായങ്ങൾ

1. തിരിഞ്ഞു നോക്കരുത്, അവിടെ ഒന്നുമില്ല

2. നീയില്ലാതെ ആദ്യത്തെ പ്രഭാതം

3. ഹൃദയം വീണ്ടെടുക്കൽ വിചിത്രമാണ്

4. ഓർമ്മകളുള്ള അപരിചിതർ

5. ജീവിതത്തിൽ വീണ്ടും രസമുണ്ട്, പക്ഷേ അത് നിങ്ങളിൽ നിന്നല്ല

6. വിളക്കുമാടം

7. വിശ്വാസത്തിൻ്റെയും കരുതലിൻ്റെയും പുതിയ കഥ.

8. ശാന്തമായ മത്സ്യബന്ധന നഗരത്തിലെ ഒരു ദിവസം

അധ്യായം 1

തിരിഞ്ഞു നോക്കരുത്, അവിടെ ഒന്നുമില്ല

എൻ്റെ വിമാനം പറന്നുയരുകയും എൻ്റെ ജീവിതത്തെ വളരെക്കാലമായി പിടികൂടിയ അരാജകത്വത്തിൽ നിന്ന് എന്നെ അകറ്റുകയും ചെയ്തപ്പോൾ നഗരക്കാഴ്ച ജനാലയിൽ മങ്ങി. വിമാനം കയറുകയും , ഉയരം നേടുകയും ചെയ്യുമ്പോൾ, ഓരോ മൈലും ഭൂതകാലത്തിൻ്റെ ഒരു പാളി ചൊരിയുന്നതായി തോന്നി, അർത്ഥശൂന്യമായ വാക്കുകളുടെ ഭാരം, വിഷമിപ്പിക്കുന്ന നിയന്ത്രണം, ശ്രദ്ധാപൂർവ്വം തയ്യാറാക്കിയ കൃത്രിമത്വം. ഞാൻ ഈ നഗരം വിടുകയായിരുന്നില്ല; ഞാൻ എൻ്റെ ഒരു പതിപ്പ് ഉപേക്ഷിക്കുകയായിരുന്നു.

എന്നെ അറിയാവുന്ന ആർക്കും എത്തിപ്പിടിക്കാൻ പറ്റാത്ത വിധം സ്ഥിതി ചെയ്യുന്ന ഈ അർദ്ധ നഗര പട്ടണത്തിൽ വിമാനം ഇറങ്ങുമ്പോൾ, ശ്വാസം മുട്ടിക്കുന്ന ചിന്തകൾ മെല്ലെ അസ്തമിക്കുന്നതായി എനിക്ക് തോന്നി .ഇവിടെയുള്ള വായു വ്യത്യസ്തമായിരുന്നു . അത്രയും തണുപ്പും, ചടുലവും, ശുദ്ധവും. കാറ്റ് മരങ്ങളോട് രഹസ്യങ്ങൾ മന്ത്രിച്ചു.

വർഷങ്ങൾക്ക് ശേഷം ആദ്യമായി എനിക്ക് സമാധാനം തോന്നി. അടിസ്ഥാനപരമായി ഒരേ ജോലി, എന്നാൽ കുറച്ച് വിദൂര ബ്രാഞ്ച്

ലൊക്കേഷനിൽ . അത്ര ജനവാസമില്ല. ഏകാന്തത, പ്രയത്നം, സമയം എന്നിങ്ങനെ ഞാൻ നൽകാൻ തയ്യാറായത് മാത്രമാണ് ഈ ബ്രാഞ്ചിന് ആവശ്യമായിരുന്നത്.

സ്ഥാപനം എനിക്ക് നൽകിയ അപ്പാർട്ട്മെന്റിന് മിക്കവാറും പ്രവർത്തനക്ഷമമായ ലേഔട്ട് ഉണ്ടായിരുന്നു. അതൊരു സുഖപ്രദമായ ഇടമാക്കുകയാണ് ഇപ്പോൾ എന്റെ ജോലി. കടൽത്തീരത്തോട് ചേർന്നാണ് ഇത് സ്ഥിതിചെയ്യുന്നത്, അത് സജ്ജീകരിച്ചിരിക്കുന്നു.

ലിവിംഗ് ഏരിയ വലുതും സൂര്യപ്രകാശം നിറഞ്ഞതും തുറസ്സായതും സ്ലൈഡിംഗ് ഗ്ലാസ് വാതിലോടുകൂടിയതും അകലെ കടലിന് അഭിമുഖമായി ഒരു തറനിരപ്പിലെ ബാൽക്കണിയിലേക്ക് നയിക്കുന്നതുമാണ്. സ്ഥലം മുഴുവനും ഇളം ലാവെൻഡർ പെയിന്റിൽ വരച്ചിരുന്നു, ഒരു ഇടത്തരം വലിപ്പമുള്ള ചാരനിറത്തിലുള്ള സോഫയും , ഒരു ഭിത്തിയിൽ ഘടിപ്പിച്ച ഫ്ലാറ്റ് സ്ക്രീൻ ടിവിയും ഒരു വുഡ് കോഫി ടേബിളും.

വലിയ ജനാലയും സുതാര്യമായ കർട്ടനുകളുമുള്ള ഒരു ചെറിയ കിടപ്പുമുറി, ഇടത്തരം വലിപ്പമുള്ള വെളുത്ത കിടക്ക, അധിക ലിനനും , ടവലുകളും ഉള്ള വെളുത്ത വാർഡ്രോബ് . കണ്ണാടിയുള്ള ഒരു ചെറിയ നൈറ്റ്സ്റ്റാൻഡ്. ഒരു ചെറിയ റെഫ്രിജറേറ്ററും , ഒരു മൈക്രോവേവും ഒരു ഇലക്ട്രിക് സ്റ്റൗ ടോപ്പും ഉള്ള വെളുത്ത അടുക്കള എന്നെ പെട്ടെന്ന് ആകർഷിച്ചു.

എൻറെ തറവാട് വീട് പോലെ നാല് കസേരകളുള്ള ഒരു ചെറിയ ഡൈനിംഗ് ടേബിൾ ആയിരുന്നു അത്. ഞാൻ ലാപ്ടോപ്പ് ഉപയോഗിക്കുമ്പോൾ ഇത് എൻറെ വർക്ക് സ്റ്റേഷനായി ഉപയോഗിക്കാം. ഒരു സുഹൃത്തിനെപ്പോലെ ഒരു വലിയ ശംഖ് മേശയുടെ മധ്യത്തിൽ ഇരുന്നു. ഞാൻ അത് ശരിക്കും ഇഷ്ടപ്പെട്ടു.

സമർപ്പിത ഷവർ ഏരിയ, ലളിതമായ വാനിറ്റി, കണ്ണാടി എന്നിവ ഉപയോഗിച്ച് ബാത്ത്റൂം , കളങ്കമില്ലാതെ വൃത്തിയുള്ളതാണ്. പ്ലാസ്റ്റിക് വള്ളിച്ചെടി ഞാൻ ഉപേക്ഷിച്ചു. ഞാൻ എൻറെ സ്വന്തം വള്ളിച്ചെടി സ്ഥാപിക്കും. എങ്കിലും മോശമല്ല. ഒരു ലളിതമായ അപ്പാർട്ട്മെൻറ് .

രാത്രിയിൽ, കാറ്റ് മൃദുവായി പിറുപിറുക്കുമ്പോൾ, അവനെക്കുറിച്ചുള്ള ഓർമ്മകൾ ചിലപ്പോൾ കടന്നുവന്നേക്കാം. അവിടെ ഒരു ഓർമ്മ കടന്നു വന്നു . ഗൃഹാതുരത്വത്തിൻറെ ഒരു മങ്ങിയ പ്രതിധ്വനി . ഞാൻ ഓർക്കുന്നു , അവൻറെ ചാരുത, അവൻ എന്നെ ചിരിപ്പിച്ച രീതി . അവൻറെ തമാശകൾ കേട്ട് ഞാൻ വല്ലാതെ ചിരിക്കുമായിരുന്നു . ജീവിതത്തിലേക്ക് ഇരുട്ട് കടന്നുവരുന്നതിന് മുമ്പായിരുന്നു അത് .

പക്ഷേ, ആ നിമിഷങ്ങൾ ക്ഷണികമായിരുന്നു, അത് അവൻറെ യഥാർത്ഥ സ്വയമായിരുന്നില്ല . അത് വെറുതെ ആയിരുന്നു. അത് അവൻറെ സ്വത്വത്തിൻറെ നിഴലിലെ വെറും മിഥ്യാധാരണകളായിരുന്നുവെന്ന് ഞാൻ എന്നെത്തന്നെ ഓർമ്മിപ്പിക്കും. അവൻറെ മുഖംമൂടി തെറിക്കുന്നത് ഞാൻ പലതവണ കണ്ടിട്ടുണ്ട്. അവിടെ എൻറെ ലോകം യഥാർത്ഥമായിരുന്നില്ല എന്ന് മനസ്സിലാക്കിയാൽ മതി.

പുറത്തെ ലോകം മറന്നു ഞങ്ങൾ അരികിൽ കിടന്നുറങ്ങിയ കാലത്തെ ഓർമകളാൽ നിബിഡമായിരുന്നു രാത്രി , ചന്ദ്രൻ്റെ മൃദുലമായ തിളക്കം ഞങ്ങളെ വെള്ളിയിൽ കുളിപ്പിച്ചു, എല്ലാം സ്വപ്നമാക്കി മാറ്റി. ഊഷ്മളമായ ചർമ്മത്തെ അവൻ തഴുകിയിരുന്ന രീതി .

എത്രയോ രാത്രികളിൽ എൻ്റെ ശ്വാസം അവനുമായി ഇടകലർന്നു . ആ നിമിഷത്തിൽ , ഞങ്ങൾ എപ്പോഴും അവിടെ ഉണ്ടായിരിക്കാൻ ഉദ്ദേശിച്ചിരുന്നതുപോലെ. ആ രാത്രികളിൽ നക്ഷത്രങ്ങൾ കൂടുതൽ തിളക്കമുള്ളതായി തോന്നി. കിടക്കയിൽ ഞങ്ങൾ കുറച്ച് മാത്രമേ സംസാരിച്ചുള്ളൂ, കാരണം വാക്കുകളുടെ ആവശ്യമില്ലായിരുന്നു . അത്തരം രാത്രികൾ അവനും ഞാനും ജീവിതകാലം മുഴുവൻ ഓർക്കും. കാലത്തിൻ്റെ സ്പന്ദനം ഞങ്ങളുടെ വിരലുകളിലൂടെ ഇഴഞ്ഞു നീങ്ങി. ആ മണിക്കൂറുകൾ, ഞങ്ങൾ സമയം മന്ദഗതിയിലാക്കി. ഓരോ സ്പർശനവും ആസ്വദിച്ചുകൊണ്ട്, ഓരോ മന്ത്രിച്ച ചിരിയും, എന്നെന്നേക്കുമായി ശാശ്വതമായി മുദ്രകുത്താൻ ശ്രമിക്കുന്നതുപോലെ.

ആ രാത്രികളിൽ എൻ്റെ ശരീരത്തിൻ്റെ ഗന്ധവും അവൻ്റെ സിഗരറ്റിൻ്റെ ഗന്ധവും കലർന്നിരുന്നു . അത് ഇപ്പോഴും നിലനിൽക്കുന്നു. സ്നേഹം എന്നതിലുപരിയായി അത് രസതന്ത്രം മാത്രമായിരുന്നു. എനിക്കിപ്പോൾ അറിയാം. അല്ലെങ്കിൽ അത്തരം രാത്രികൾ നീണ്ടുനിൽക്കില്ല . ഇതുപോലെയുള്ള അഭിനിവേശം പ്രഭാതത്തെ അതിജീവിക്കാൻ വളരെ തിളക്കമാർന്നതാണ് എന്ന വേദനിപ്പിക്കുന്ന അറിവായിരുന്നു അത്. എന്നാൽ ആ രാത്രികളിൽ മോഷ്ടിക്കപ്പെട്ട ആ മണിക്കൂറുകളിൽ, സമയത്തിന് പുറത്ത്, ഞങ്ങൾ ഒരു മായാലോകത്തായിരുന്നു . അവനെ സംബന്ധിച്ചിടത്തോളം

കാമത്തിൻ്റെ രാത്രികൾ. അത് മനസ്സിലാക്കാതെ ഞാൻ ഒരു IQ ഇല്ലാത്ത പോലെ , വളരെ അന്ധമായി വിശ്വസിച്ചു.

ഏകാന്തതയുടെ വേദന ചിലപ്പോൾ ഉയരും, പക്ഷേ അവ എന്നെ ഭയപ്പെടുത്തില്ല. പകരം, ഞാൻ ഏകാന്തതയെ സ്വീകരിക്കും. ഈ ഏകാന്തത ഒരു സമ്മാനമായിരുന്നുവെന്ന് ഞാൻ തിരിച്ചറിയും. എൻ്റെ ജീവിതം വീണ്ടെടുക്കാൻ എനിക്ക് ആവശ്യമായ ഇടമായിരുന്നു അത്. ഓരോ ദിവസവും ഭൂതകാലത്തിൻ്റെ പിടി അൽപ്പം കൂടി അയയും. ഓരോ നിമിഷവും ഞാൻ അവൻ്റെ നിയന്ത്രണത്തിലായിരുന്നില്ല എന്ന ഓർമ്മപ്പെടുത്തൽ മാത്രമായി മാറും. ഇപ്പോൾ ഞാൻ ഒരു സ്വതന്ത്ര വ്യക്തിയാണ് .

ഞാൻ വിട്ടുപോയ നഗരത്തിൽ , തണുപ്പും മരവിപ്പും അനുഭവപ്പെട്ട കാറ്റ് ഇപ്പോൾ , ഒരു മൃദു ആലിംഗനം പോലെ എന്നെ ചുറ്റിപ്പിടിച്ചു. അത് നാളത്തെ വാഗ്ദാനങ്ങൾ ഉൾക്കൊള്ളുന്നു, ഞാൻ എനിക്കായി എഴുതിയവ. ഞാൻ ഇവിടെ സമാധാനം കണ്ടെത്തി, ചില സമയങ്ങളിൽ അത് ദുർബലമായാലും, ഞാൻ അതിനെ ഒരു ജീവനാഡി പോലെ മുറുകെ പിടിക്കും.

ഇവിടെ, ഓർമ്മകളിൽ നിന്ന് വളരെ അകലെയുള്ള ഈ ശാന്തമായ സ്ഥലത്ത്, ഞാൻ എൻ്റെ ജീവിതം പുനർനിർമ്മിക്കും. നൊസ്റ്റാൾജിയ അപ്പോഴും വരും, അത് വേദനിപ്പിക്കും, പക്ഷേ ഒരു ദിവസം, അത് വേദനിപ്പിക്കില്ല. ഒരു ദിവസം അത് ഞാൻ ഉപേക്ഷിച്ചു പോയതിൻ്റെയും , ഒടുവിൽ ഞാൻ എന്തായിത്തീരുമെന്നതിൻ്റെയും , ഓർമ്മപ്പെടുത്തൽ മാത്രമായിരിക്കും.

ഈ രാത്രിയിലും എല്ലാ രാത്രികളിലും, ഞാൻ എൻ്റെ ദിനചര്യ ലളിതവും എന്നാൽ പവിത്രമായി സൂക്ഷിക്കും. മോയിസ്ചറൈസർ കൊണ്ട് കൈയും കാലും നനച്ചു. എൻ്റെ കണ്ണിലെ മേക്കപ്പ് നീക്കം ചെയ്തു. പിന്നെ എൻ്റെ മുഖത്ത് നൈറ്റ് ക്രീം. അതൊരു ശീലമായിരുന്നു.

എല്ലാ ദിവസവും പോലെ, എൻ്റെ ചെറിയ പ്രാർത്ഥനകൾ ഞാൻ വായിച്ചു. അത് പ്രധാനമായും എൻ്റെ പൂർവ്വികർക്കുള്ളതായിരുന്നു. അവരുടെ സമാധാനത്തിനും എൻ്റെ ജീവിതത്തിൽ അവരുടെ മാർഗനിർദേശത്തിനും വേണ്ടി.

ഞാൻ ഒരു കപ്പ് കമോമൈൽ ചായ കുടിച്ചു. എൻ്റെ ആത്മാവിൻ്റെ പൊള്ളയായ ഇടങ്ങളിൽ ആ ചൂട് നിറഞ്ഞു. എനിക്ക് തന്ന സംഭരിച്ച നുണകൾ ഞാൻ കുഴിച്ച് വലിച്ചെറിഞ്ഞിടത്ത്. പിന്നെ ഞാൻ മൃദുവായ മണമുള്ള ഒരു റോസ് മെഴുകുതിരി കത്തിച്ചു. നെയ്ത പുതപ്പിനടിയിൽ ചുരുണ്ടുകിടന്നു, എനിക്ക് വീട് പോലെ തോന്നി. ഒരു പേജ് പോലും വായിക്കില്ലെന്ന് ഇന്ന് രാത്രി എനിക്കറിയാമായിരുന്നെങ്കിലും ഒരു പുസ്തകം എൻ്റെ മടിയിൽ കിടന്നു. പ്രകൃതിയുടെ നിശ്ശബ്ദമായ മൂളൽ എന്നെ മറ്റൊരു തരത്തിലുള്ള വിശ്രമത്തിലേക്ക് ആകർഷിച്ചു.

ഒരിക്കൽ എൻ്റെ ജീവിതത്തിൽ ഭീഷണിയായി പ്രതിധ്വനിച്ച കാൽപ്പാടുകൾക്കായി ഇനി കാത്തിരിക്കേണ്ടതില്ല, എൻ്റെ ഹൃദയത്തിൽ ചവിട്ടിയ കാൽപ്പാടുകൾ. ഞാൻ അല്ലാത്ത ഒരാളായി ഇനി അഭിനയിക്കേണ്ടതില്ല. ജനലിനു പുറത്ത് നക്ഷത്രങ്ങൾ മിന്നിമറയുമ്പോൾ എൻ്റെ ഹൃദയം മന്ദഗതിയിലായി. സമാധാനം

നിശ്ശബ്ദമായിരിക്കാം എന്ന സൗമ്യമായ ഓർമ്മപ്പെടുത്തലായിരുന്നു അത്. ഈ സമാധാനം ഉടൻ എന്റേതായേക്കാം.

അധ്യായം 2

നീയില്ലാതെ ആദ്യത്തെ പ്രഭാതം

നേരം വെളുക്കുന്നു . ലോകം ഉണർന്നിരിക്കുന്നതും , വർണ്ണാഭമായതും ഒന്നും സംഭവിക്കാത്തതുപോലെ സജീവവുമാണ്. പക്ഷേ എന്നെ സംബന്ധിച്ചിടത്തോളം ലോകം നിശബ്ദവും നിറങ്ങളില്ലാത്തതുമാണെന്ന് തോന്നുന്നു. പ്രഭാത സൂര്യൻ എന്റെ ആത്മാവിലേക്ക് തുളച്ചുകയറുന്നതുപോലെ ഒരു കുളിർ കൊണ്ടുവന്നു. ഇന്നത്തെ പീഡനം എന്താണെന്നതിനെക്കുറിച്ചുള്ള ഉത്കണ്ഠയോ ചിന്തകളുടെ മൂർച്ചയുള്ള കോണിലോ , അലട്ടാതെ ഞാൻ ഇന്ന് സമാധാനത്തോടെ ഉണർന്നു.

എന്റെ ദൈവമേ, അസാധ്യമായത് ഞാൻ ചെയ്തുവെന്ന് നിങ്ങൾ അറിയണമെന്ന് ഞാൻ ആഗ്രഹിക്കുന്നു. ഈ രീതിയിൽ

വേദനിപ്പിക്കുമ്പോൾ ലോകം എനിക്കായി നിലച്ചുവെന്ന് ഞാൻ കരുതി, പ്രണയത്തിലായിരിക്കുമ്പോൾ പോലും അത് നിലച്ചുവെന്ന് ഞാൻ കരുതി. ഒരു വേർപിരിയലിൽ ലോകം എനിക്കുവേണ്ടി നിലച്ചുവെന്ന് , ഇപ്പോൾ ഞാൻ കരുതി. അസുഖമായിരിക്കുമ്പോൾ പോലും അത് എനിക്ക് വേണ്ടി നിലയ്ക്കുമെന്ന് ഞാൻ ഒരിക്കലും കരുതിയിരുന്നില്ല. എന്നാൽ ഇപ്പോൾ ഞാൻ മനസ്സിലാക്കുന്നു, നിങ്ങൾ ആഗ്രഹിക്കുന്ന സമയത്ത് മാത്രമേ ലോകം നിലയ്ക്കൂ.

എന്റെ ആത്മാവേ, കൊടുങ്കാറ്റിൽ നിന്ന് നീ എന്നെ ഉയർത്തി ജീവിതത്തിലേക്ക് തിരികെ കൊണ്ടുവന്നു. ഞാൻ സ്നേഹം സ്വീകരിച്ചു, ഞാൻ സ്നേഹം നൽകി. ഞാൻ സ്നേഹിക്കുകയും വെറുക്കുകയും ചെയ്തു. ദീർഘനാളായി . എന്നാൽ ഇപ്പോൾ ഞാൻ എല്ലാം ക്രമീകരിച്ചു. ഞാനും എന്റെ ആത്മാവും ഒരുമിച്ചാണ് അത് ചെയ്തത്. സർവ്വശക്തനായ എന്റെ ദൈവമേ, നിങ്ങൾ ആഗ്രഹിച്ചതുപോലെ ഞാൻ ഇപ്പോൾ കൂടുതൽ ശക്തയായ സ്ത്രീയാണെന്ന് നിങ്ങൾ അറിയണമെന്ന് ഞാൻ ആഗ്രഹിക്കുന്നു. നിനക്ക് മാത്രമേ എന്നെ , ഞാനിപ്പോൾ ഉള്ളതുപോലെയാക്കാൻ കഴിയൂ.

എന്റെ ബലഹീനതയുടെ ഒരു നിമിഷം, മറ്റുള്ളവർക്ക് ഒരു അവസരമായിരിക്കും. ചിലപ്പോൾ നിങ്ങൾക്ക് ഒരുതരം പ്രചോദനത്തിന്റെ ഒരു ഷോട്ട് ആവശ്യമാണ്. ഞാൻ മറക്കാൻ ആഗ്രഹിക്കുന്ന കാര്യങ്ങളെക്കുറിച്ച് എന്നെ ഓർമ്മിപ്പിക്കുന്ന ഒന്ന്! ഒരു പർവ്വതം നീക്കാൻ, നിങ്ങൾ ആദ്യം വഴിയിൽ നിന്ന് ചെറിയ കല്ലുകൾ നീക്കം ചെയ്യണം.

സൂര്യപ്രകാശം മൂടുശീലകളിലൂടെ തിളങ്ങി, സ്വർണ്ണവും മൃദുവും. സുന്ദരമായ ഒരു പ്രഭാതത്തിൻ്റെ സ്വാതന്ത്ര്യം ശ്വസിച്ചുകൊണ്ട് . ഇവിടെ ഞാൻ മാത്രമായിരുന്നു. ഞാൻ ബാൽക്കണിയിലേക്ക് ഇറങ്ങി, നഗ്നമായ പാദങ്ങൾക്ക് താഴെ കല്ല് തറ തണുത്തിരുന്നു. അന്നത്തെ ലാളിത്യത്തെ ഞാൻ സ്വാഗതം ചെയ്തു. എൻ്റെ ചുമലിലെ ഭാരം ഇപ്പോൾ കുറഞ്ഞതായി തോന്നി, പകരം അവരുടെ സ്ഥാനത്ത് ഈ പുതിയ ജീവിതത്തിൻ്റെ വാഗ്ദാനമായിരുന്നു. ഞാൻ മനസ്സോടെ സൃഷ്ടിച്ച ജീവിതം. ഞാൻ ഇപ്പോൾ ഞാനാണ്, ഒടുവിൽ ആർക്കും എടുത്തുകളയാൻ കഴിയാത്ത ഒരു സമാധാനം.

എൻ്റെ മുൻ പങ്കാളിയും ഇപ്പോൾ മുൻ കാമുകനുമൊത്തുള്ള എൻ്റെ ജീവിതത്തിൻ്റെ ഒരു സ്ലൈഡ്ഷോ എൻ്റെ മനസ്സിന് മുന്നിൽ പരേഡ് ചെയ്യുന്നു. അതെല്ലാം വ്യക്തമായ വിശദാംശങ്ങളിലാണ്. സ്വപ്നങ്ങൾ പോലും ഇതുപോലെ വ്യക്തമല്ല.

ഞാൻ ബന്ധം ഉപേക്ഷിച്ചിട്ടും എൻ്റെ മനസ്സ് അവനെ നിരസിച്ചിട്ടും ശരീരം ഇതുവരെ നിരസിച്ചിട്ടില്ല എന്നത് വിചിത്രമാണ്. എൻ്റെ ശരീരം ഒരു രാജ്യദ്രോഹിയാണ്. എൻ്റെ ചുണ്ടുകൾ ചുടു ചുംബനങ്ങളെ ഓർത്തു. അയാൾക്ക് മാത്രമല്ല ലോകത്ത് അങ്ങനെ ചുംബിക്കാൻ കഴിയുന്നത്. ഞാൻ എന്നോട് തന്നെ പറഞ്ഞു.

ഓരോ രാത്രിയിലെയും മധുരമായ ഡയലോഗുകൾ ഞാൻ ഓർത്തു. ചിലപ്പോഴൊക്കെ , അല്ലെങ്കിൽ അവസാനം വരെ ഞാൻ അതിനെക്കുറിച്ച് ചിന്തിച്ചേക്കാം. അതിന് ഞാൻ എന്നെത്തന്നെ കുറ്റപ്പെടുത്തുകയില്ല. നുണകളില്ലാതെ ജീവിതം മെച്ചപ്പെടും. എന്തുകൊണ്ടാണ് എനിക്ക് സന്തോഷം തോന്നാത്തത്? എൻ്റെ

ദിവസത്തെ അഭിമുഖീകരിക്കാൻ എനിക്ക് ഭയം തോന്നുന്നു. പക്ഷെ ഇന്ന് ഞായറാഴ്ചയാണ്, എനിക്ക് സമയം എടുക്കാം.

എൻ്റെ രാവിലത്തെ കാപ്പി എന്നത്തേയും പോലെ എൻ്റെ ജീവൻ രക്ഷിക്കുന്നു. എനിക്ക് വിശക്കുന്നില്ല. എനിക്ക് നിറഞ്ഞു തോന്നുന്നു. അവൻ എന്നെ പോറ്റുന്ന നുണകളിൽ നിന്ന് ഞാൻ നിറഞ്ഞിരിക്കുന്നു. അല്ലെങ്കിൽ അവൻ ആരാണെന്ന കണ്ടെത്തലിൽ നിന്ന് ഞാൻ നിറഞ്ഞിരിക്കാം. അതോ രണ്ടും? എനിക്ക് ചർദ്ദിക്കാൻ തോന്നുന്നു. ഈ ജന്മത്തിലൊരിക്കലും നീയില്ലാതെ ഉണരാൻ ഞാൻ ആഗ്രഹിച്ചിട്ടില്ല. പക്ഷെ ആ ചിന്ത എന്നെ തളർത്തുന്നു. ഈ വേദന മാറുമോ? ഈ വേദന ഞാൻ ഇല്ലാതാക്കും. ദിവസങ്ങൾ കഴിയുന്തോറും എനിക്ക് വളരെ ശാന്തത അനുഭവപ്പെടും. ഞാൻ സ്വയം വാഗ്ദാനം ചെയ്യുന്നു. എന്നോട് ദയ കാണിക്കൂ, ഞാൻ എന്നെത്തന്നെ ഓർമ്മിപ്പിച്ചു.

എൻ്റെ ലഗേജ് ഇപ്പോഴും ഹാളിൽ തന്നെ ഇരിക്കുന്നു. അൺപാക്ക് ചെയ്തു. ഈ ദിവസം ഞാൻ അതിജീവിക്കുമോ? ഞാൻ തല ഉയർത്തി പിടിക്കും. എൻ്റെ ഏകാന്ത ജീവിതം നിലനിർത്താൻ ഞാൻ എൻ്റെ അപ്പാർട്ട്മെൻ്റ് ക്രമീകരിക്കും.

അതെ, ഞാൻ അകത്തേക്ക് നടന്നു . ഈ വ്യക്തിയേക്കാൾ വലുതാണ് എൻ്റെ ജീവിതം. അവനെ കാണുന്നതിന് മുമ്പ് ഞാൻ സന്തുഷ്ടയായ ഒരു സ്ത്രീയായിരുന്നു. ഞാൻ അത് വീണ്ടും കണ്ടെത്തും. എൻ്റെ ടിവി ഓൺ ചെയ്തു, ഡ്രോൺ പോലെയാണെങ്കിൽ പോലും, സംസാരിക്കുന്ന ഏത് ശബ്ദവും എനിക്ക് കേൾക്കേണ്ടതുണ്ട്. അത് എൻ്റെ ചിന്തകളെ വഴിതിരിച്ചുവിടും .

പതുക്കെ ഒരു പാട്ട് പാടി, ഞാൻ എന്റെ അപ്പാർട്ട്മെൻറിനെ ഒരു സന്തോഷകരമായ സ്ഥലമാക്കി മാറ്റാനുള്ള നീക്കങ്ങളിലൂടെ കടന്നുപോയി. ഞാൻ അത് നന്നായി പ്ലാൻ ചെയ്തിരുന്നു. അതുകൊണ്ടാണ് ശാന്തമായ ഈ കടൽത്തീരത്തെ പട്ടണത്തിലേക്ക് ഞാൻ മാറിയത്. അത് ശാന്തവും കുറച്ച് വിദൂരവുമാണ്.

കടൽക്കാക്കകളുടെ ഞരക്കം. അത് അത്ര മോശമായിരുന്നില്ല. നുണകളുടെ ഡ്രോണിനെക്കാളും അനുദിനം യുക്തിരഹിതമായ ആവശ്യങ്ങളേക്കാളും അനന്തമായി മികച്ചത്. എന്റെ വീട് മനോഹരമായി കാണപ്പെടുന്നു. ഈ നഗരത്തിൽ ആർക്കും എന്നെ കണ്ടെത്താൻ കഴിയില്ല. ദൂരം ഇപ്പോൾ വളരെ യഥാർത്ഥമാണെന്ന് തോന്നുന്നു. ഞാൻ ശരിയാകാൻ പോകുന്നു. ശരിക്കും . മസ്തിഷ്കം ഇപ്പോൾ ഓർമ്മകളുടെ സ്ലൈഡ്ഷോ ആരംഭിക്കുന്നു. ഇല്ല അതിന് ഞാൻ വഴങ്ങില്ല.

ഞാൻ മുടി പോണിടെയിൽ കെട്ടി. സൂര്യനെ പ്രതിരോധിക്കാൻ എന്റെ മുഖത്ത് ഒരു മോയ്സ്ചറൈസർ. എന്റെ ചുണ്ടുകളിൽ ഇളം പിങ്ക് ലിപ് ഗ്ലോസ്സ്. എന്റെ പുരികത്തിൽ ഒരു ഐലൈനറിൻറെ സ്പർശം. ഞാൻ നടക്കാൻ പോകുന്ന ഷൂ ഇട്ടു , ജീൻസും പർപ്പിൾ ടോപ്പും ധരിച്ചു . പിന്നെ ഞാൻ പര്യവേക്ഷണം ചെയ്യാൻ പുറത്തേക്ക് പോയി.

ടൗൺ ഹാൾ, കടൽത്തീരം, സൂര്യനെ പ്രതിഫലിപ്പിക്കുന്ന വെള്ള പള്ളി. ദാഹവും വിശപ്പും തോന്നുന്നതുവരെ ഞാൻ അലഞ്ഞു. ശരിക്കും വിശക്കുന്നു. എന്റെ മനസ്സ് ഇത്ര പെട്ടെന്ന്

സുഖപ്പെടുമോ? ഇല്ല, ഞാൻ എൻ്റെ പ്രതീക്ഷകൾ ഉയർത്തില്ല. എൻ്റെ കണ്ണുകൾ റെസ്റ്റോറൻ്റിന് പുറത്തുള്ള നടപ്പാതയിൽ തിരയുന്നു. ഞാൻ ആരെയാണ് അന്വേഷിക്കുന്നത്? ഞാൻ ആ അധ്യായം അടച്ചു. ഞാൻ തിരിച്ചു പോകുന്നില്ല.

ഒരു ലേഡീസ് ഹെയർകട്ടിംഗ് സലൂൺ കണ്ടെത്തുക എന്നതായിരുന്നു എൻ്റെ ഉദ്ദേശം. ഒരു വേർപിരിയലിന് ശേഷം, ഒരു മേക്ക് ഓവർ നേടേണ്ടത് അനിവാര്യമാണെന്ന് ഞാൻ വിശ്വസിക്കുന്നു. നിങ്ങളുടെ മുഖത്തിന് അനുയോജ്യമായ ഒരു പുതിയ ഹെയർസ്റ്റൈലിൽ മുടി ട്രിം ചെയ്യുക. ഇത് നിങ്ങളുടെ രൂപം മാറ്റുമെന്ന് ഉറപ്പാണ്. അത് നല്ലതിലേക്ക് മാറ്റും. മിക്ക സ്ത്രീകൾക്കും ഇത് ഇതിനകം അറിയാമെന്ന് ഞാൻ കരുതുന്നു.

ഞാൻ ഒരു നല്ല സലൂൺ കണ്ടെത്തി. ഒരു മണിക്കൂറിനുള്ളിൽ എൻ്റെ ഹെയർസ്റ്റൈൽ മാറി. ഈ ഹെയർകട്ട് എന്നെ പഴയതിനേക്കാൾ ചെറുപ്പമാക്കി. . മടക്കയാത്രയിൽ ഞാൻ ലൈറ്റ് കളർ റോസ് ഗ്ലോസ് വാങ്ങി. എൻ്റെ ലിപ്സ്റ്റിക്കിൻ്റെ നിറവും ഞാൻ മാറ്റും. ഇനി ചുവന്ന ലിപ്സ്റ്റിക്ക് വേണ്ട. വെറും മനോഹരമായ പിങ്ക് ഗ്ലോസ്.

ഞാൻ അടുത്തുള്ള കഫേയിൽ കയറി, യാത്രാമധ്യേ ഒരു ചൂടുള്ള ചോക്ലേറ്റ് പാനീയം വാങ്ങി. കൊക്കോയുടെ അത്ഭുതകരമായ കാര്യം. നിങ്ങൾ ഇത് ചോക്ലേറ്റായി കഴിച്ചാലും ചൂടുള്ള ചോക്ലേറ്റായി കുടിച്ചാലും അഞ്ച് മിനിറ്റിനുള്ളിൽ ഇത് നിങ്ങളുടെ മാനസികാവസ്ഥ ഉയർത്തുന്നു. അത് നിങ്ങളെ കഠിനമായ ലോകത്തെ ഏറ്റെടുക്കാൻ തയ്യാറാക്കുന്നു. നിങ്ങളുടെ ആത്മവിശ്വാസം ആകാശത്തോളം.

അതുകൊണ്ടാണ് ഞാൻ ചോക്കലേറ്റ് അല്ലെങ്കിൽ ചോക്ലേറ്റ് പാനീയങ്ങൾ ഇഷ്ടപ്പെടുന്നത്.

ഈന്തപ്പഴം പേസ്ട്രിക്കുള്ളിൽ നിറച്ച് ചുട്ടെടുക്കുന്ന ഒരു വിഭവമാണ് എനിക്ക് സന്തോഷം നൽകുന്ന മറ്റൊരു വിഭവം. മമൂൽ എന്നാണ് ഇതിൻറെ പേര്. അതൊരു അറേബ്യൻ പലഹാരമാണ്. ഇത് വളരെ കുറച്ച് പഞ്ചസാരയാണ് ഉപയോഗിക്കുന്നത്. വീട്ടിലുണ്ടാക്കാനും അറിയാം.

എന്തുകൊണ്ടാണ് ഞാൻ പോയത് എന്ന് ഞാൻ എല്ലാവരോടും പറഞ്ഞോ? ശ്രദ്ധാപൂർവ്വം നിർമ്മിച്ച മുഖംമൂടി തെന്നിമാറിയതിന് ശേഷം യഥാർത്ഥ മുഖം കണ്ട് ഞാൻ ഞെട്ടിപ്പോയി എന്നതാണ് ഇതിന് കാരണം.

എന്നെ ശരിക്കും സ്നേഹിച്ച പങ്കാളിക്ക് ഈ അസുഖകരമായ ആസക്തി ഉണ്ടായിരുന്നു എന്നാണ് എൻറെ കണ്ടെത്തൽ. ആളുകൾക്ക് സന്ദേശമയയ്ക്കാനുള്ള നിരന്തരമായ ആവശ്യം അദ്ദേഹത്തിന് ഉണ്ടായിരുന്നു. ഒപ്പം ലഭ്യമായവരുമായി അനുചിതമായ ചാറ്റിംഗും. പ്രായപരിധി ഒരു പ്രശ്നമായിരുന്നില്ല. വ്യാജ ഐഡൻറിറ്റികൾ സൃഷ്ടിച്ച് ഓൺലൈനിൽ കൗമാരക്കാർ വരെ. മറ്റുള്ളവരുടെ ഒറ്റപ്പെട്ട ഭാര്യമാർ പോലും. നുണകളുടെയും വഞ്ചനയുടെയും ഇരുണ്ട ലോകത്തേക്ക് അവരെ വശീകരിക്കുന്നു.

ഈ സ്വഭാവത്തിൻറെ ആധുനിക രോഗനിർണ്ണയം : മറ്റുള്ളവരിൽ നിന്നുള്ള അംഗീകാരത്തിൻറെ അങ്ങേയറ്റം ചില ആളുകൾക്ക്ആവശ്യമാണെന്ന് മെഡിക്കൽ സയൻസ്ഇപ്പോൾ

കണ്ടെത്തി. 24 മണിക്കൂറും ഈ ആളുകൾ മറ്റുള്ളവരിൽ നിന്നുള്ള അനന്തമായ ശ്രദ്ധയ്ക്കായി തിരയുന്നു .

ഇത് നാർസിസിസ്റ്റുകളുടെ പരസ്യമായ സ്വഭാവമാണെന്ന് ഡോക്ടർമാർ എന്നോട് പറഞ്ഞു. അധികം കേട്ടിട്ടില്ലാത്ത ഒരു അവസ്ഥ. ഒരിക്കൽ അവർ നിങ്ങളെ അവരുടെ പോക്കറ്റിലാക്കിയാൽ, അവർ മറ്റെവിടെയെങ്കിലും പുതുമയുടെ ആവേശം തേടുന്നു, ഒരിക്കലും നിങ്ങളെ പോകാൻ അനുവദിക്കില്ല, കാരണം മറ്റാർക്കും കഴിയാത്തവിധം അവരെ സ്നേഹിക്കുന്ന , അവരുടെ പ്രാഥമിക ഉറവിടം നിങ്ങളാണ്.

ഞങ്ങളുടെ പ്രണയ ജീവിതവും പൊരുത്തവും മികച്ചതായിരുന്നു. എന്നാൽ പിന്നെ എന്തുകൊണ്ട്? അതൊരു രോഗമായിരുന്നു, സമൂഹം നിഷിദ്ധമായി കരുതുന്ന നിഷിദ്ധമായ എന്തിനോ വേണ്ടിയുള്ള അന്വേഷണം.

എനിക്ക് വെറും ബ്രെഡ്ക്രംബ്സ് തന്നപ്പോൾ മറ്റുള്ളവരെ ആഡംബരത്തോടെ അഭിനന്ദിക്കുന്നു. ഇത് വെറും ബ്രെഡ്ക്രംബ്സ് ആണെന്ന് മനസ്സിലാക്കാൻ കുറച്ച് സമയമെടുത്തു. അതെ, അതൊരു അസുഖമായിരുന്നു. ശാരീരികമായി എന്തെങ്കിലും സംഭവിച്ചിട്ടുണ്ടോ എന്ന് എനിക്കറിയില്ലായിരുന്നു. പക്ഷെ ഇല്ല എന്ന് ഞാൻ കരുതുന്നു. മിക്കവാറും എല്ലാ ദിവസവും കിടക്കയിലെ നിരന്തരമായ ആവശ്യങ്ങൾ ആ സാധ്യതയെ ഇല്ലാതാക്കുന്നു.

പിന്നീട് എന്റെ ഫോണുകളിൽ നിന്നും ലാപ്ടോപ്പിൽ നിന്നും എല്ലാം പകർത്തി ട്രാക്ക് ചെയ്തതായി കണ്ടെത്തി. പിന്നീട് അത്

സൂക്ഷ്മമായി പരിശോധിച്ചു, വിധിച്ചു, പ്രതികാരം ചെയ്തു. എന്റെ പങ്കാളി അശ്ലീലത്തിന് അടിമയാണെന്ന് ഞാൻ കണ്ടെത്തി, അത് രാവും പകലും കിടക്കയിലെ വിചിത്രമായ ശാരീരിക ആവശ്യങ്ങൾ വിശദീകരിക്കുന്നു. അതാണ് എന്നെ പോകാൻ പ്രേരിപ്പിച്ചത്.

ഈ വികൃത വ്യക്തിയെ മണിക്കൂറുകളോളം കട്ടിലിൽ സേവിക്കേണ്ട ആവശ്യമില്ലാതെ , ഇപ്പോൾ ഒരു ചെറിയ ഉറക്കം. ഞാൻ വീട്ടിൽ ചെറിയ വിശ്രമം എടുത്തു. ഒടുവിൽ ഞാൻ സ്വതന്ത്രയായ സ്ത്രീയാണ്. അതോ ഞാൻ ശരിക്കും ആണോ?

വൈകുന്നേരവും സൂര്യാസ്തമയവും . നഷ്ടപ്പെട്ടതിനെ കുറിച്ച് ചിന്തിക്കുന്ന ഭയാനകമായ സമയം. ഇല്ല ഞാൻ തോറ്റിട്ടില്ല. അവൻ ഒരു ഗ്ലാസ് റം കുടിക്കുമ്പോൾ അവന്റെ കാലിൽ ഇരുന്ന് അവന്റെ ശരീരം സേവിക്കുന്നതിന് പകരം, ഇപ്പോൾ എന്റെ സമയം എന്റേതാണ്. അവന്റെ ശരീരത്തെ അങ്ങനെ സേവിക്കാൻ ഇപ്പോൾ ആരുമില്ല എന്ന് ഞാൻ വാതുവെക്കുന്നു. സന്തോഷത്തോടെ ഞാൻ ടിവി തുറന്ന് ഏറ്റവും കുറഞ്ഞ വോളിയത്തിൽ സജ്ജമാക്കി. ചലിക്കുന്ന ചിത്രങ്ങൾ കാണാൻ ഞാൻ ആഗ്രഹിച്ചു. അതേ സമയം ഞാൻ കുറച്ച് റോക്ക് സംഗീതം പ്ലേ ചെയ്തു. പ്രണയം, നഷ്ടം, വഞ്ചന എന്നിവയിൽ നിന്ന് വളരെ അകലെയുള്ള സംഗീതം. ഓ, സംഗീതം വളരെ നന്നായി തോന്നുന്നു ഞാൻ ഒരു ആപ്പിൾ തൊലി കളഞ്ഞ് , അരിഞ്ഞത് , ഒരു ഹെർബൽ ടീയോടൊപ്പം കഴിച്ചു.

കിടക്കയിൽ, കൊടുങ്കാറ്റുള്ള മനസ്സ് എന്നെ വീണ്ടും ഏറ്റെടുക്കുന്നു. ഞാനില്ലാത്ത ജീവിതവുമായി അവൻ മുന്നോട്ട് നീങ്ങിയോ? ശരിക്കും ? അറിയാൻ ഒരു വഴിയുമില്ല. ആരുശ്രദ്ധിക്കുന്നു . ഞാൻ അവന്റെ

സോഷ്യൽ മീഡിയയെ പിന്തുടരില്ല, അവനും എൻ്റെ സോഷ്യൽ മീഡിയയെ പിന്തുടരാൻ കഴിയില്ല. ഞാൻ അത് ഉറപ്പിച്ച് , അവൻ്റെ സോഷ്യൽ മീഡിയ നീക്കം ചെയ്തു .

അവൾ ഉറങ്ങാൻ ശ്രമിച്ചു. പക്ഷെ അവൻ്റെ ചുണ്ടുകൾ അവളെ തീ പോലെ ദഹിപ്പിക്കുന്ന ഓർമ്മ . അവൻ്റെ ശബ്ദം മന്ത്രിക്കുന്നു. ഇപ്പോൾ എൻ്റെ ചുണ്ടിൽ ചുംബിക്കുക. എനിക്കിപ്പോൾ വേണം. എന്നിട്ട് അവൻ്റെ നാവുകൊണ്ട് എൻ്റെ ചുണ്ടുകൾ തുറന്നു. ഇന്ന് രാത്രി എനിക്ക് നിന്നെ തൊടണം. ശരീരം മുഴുവൻ . അതെ ഞാൻ മന്ത്രിച്ചു. രാത്രിയുടെ നീണ്ട മണിക്കൂറുകളിലൂടെ. എന്നെ ഉറങ്ങാൻ അനുവദിക്കാതെ. അതെന്താണെന്ന് ഇപ്പോൾ മനസ്സിലായി. എൻ്റെ ശരീരത്തോടുള്ള കൊതി മാത്രം . പ്രണയമല്ല .

അവനെ എൻ്റെ മനസ്സിൽ നിന്ന് പുറത്താക്കാൻ എനിക്ക് ഇത്രയും സമയമെടുത്തു. അവിടെ കാത്തിരിക്കുന്നത് എനിക്ക് എളുപ്പമായിരുന്നു. പക്ഷേ അത് വിടുക എളുപ്പമായിരുന്നില്ല. ഞാൻ കെട്ടിപ്പടുത്ത സ്വപ്നങ്ങൾ ഉപേക്ഷിക്കാൻ. ഞാൻ ധൈര്യശാലിയായതുകൊണ്ടല്ല. പക്ഷെ ആ ബന്ധം ഉപേക്ഷിക്കാൻ ഞാൻ ഭയപ്പെട്ടിരുന്നു.

ഈ വേദന എന്നെങ്കിലും കുറയുമോ? ഈ വേദന എന്നെങ്കിലും മാറുമോ? എൻ്റെ ഫോണിൽ നിന്ന് അവനെ അൺബ്ലോക്ക് ചെയ്യാൻ രാജ്യദ്രോഹി പ്രലോഭിപ്പിച്ചതുപോലെ , എൻ്റെ മനസ്സ് . എൻ്റെ ചിന്തകളിൽ വേദനയും നിരാശയും നിറഞ്ഞു. ഞാൻ അത് തട്ടി മാറ്റി.

ഞാൻ ബന്ധപ്പെടാതെ പോയതിൻ്റെ കാരണങ്ങൾ ഞാൻ എന്നെത്തന്നെ ഓർമ്മിപ്പിച്ചു. സ്വയരക്ഷയാണ് ഇപ്പോൾ എൻ്റെ പ്രഥമ പരിഗണന. എൻ്റെ അടുത്ത പടി സ്വയം സ്നേഹം. ആത്മാഭിമാനം ജയിച്ചു . ഞാൻ ഉറക്കത്തിൽ മുങ്ങി.

അധ്യായം 3

ഹൃദയം വീണ്ടെടുക്കൽ വിചിത്രമാണ്

വൈഡ് എവെയ്ക്ക്. അടുത്തെവിടെ നിന്നോ ഒരു ശബ്ദം. അതൊരു പാട്ടാണ്. ഒരിക്കലും എൻ്റേതല്ലാത്ത നിന്നെ , ഈ ഗാനം മിസ് ചെയ്യുന്നു. ഇന്നലെ ഞാൻ നിൻ്റെ ചിന്തകളിൽ മുറുകെ പിടിക്കുകയായിരുന്നു. ഇന്ന് ഞാൻ നിന്നെ പോകാൻ അനുവദിക്കും. ഭ്രാന്താണെങ്കിലും, ഞാൻ ഇപ്പോഴും നിന്നെ എത്രമാത്രം സ്നേഹിക്കുന്നു. എല്ലാ രാവും പകലും എന്തിനാണ് ഞാൻ ഇപ്പോഴും നിന്നെ ഇത്രയധികം സ്നേഹിക്കുന്നത് . ഞാൻ എന്നെത്തന്നെ വെറുത്തു.

ഞാൻ എൻ്റെ ആത്മാഭിമാനത്തോടുള്ള ദ്രോഹിയാണ്, ഇങ്ങനെ ചിന്തിക്കാൻ പോലും. വിലപ്പോവാത്ത ഒന്നിനുവേണ്ടി എന്തിന്

പോരാടണം? എനിക്ക് അനുയോജ്യവുമായത് ഒടുവിൽ എന്നെ കണ്ടെത്തും. ഒരു മനുഷ്യനെന്ന നിലയിൽ , നിന്നെ പ്രപഞ്ചം എനിക്കായി രൂപകൽപ്പന ചെയ്തിട്ടില്ല. നമ്മുടെ ഊർജ്ജം തികച്ചും വ്യത്യസ്തമാണ്. അത്രയേയുള്ളൂ .

ഇന്നത്തേക്ക് ഞാൻ ഒരു ദാർശനിക സ്ത്രീയായിരിക്കും. ഈ കഴിഞ്ഞ യാത്ര ഒരു നീണ്ട യാത്രയായിരുന്നു. അതിൻ്റെ താഴ്ച്ചകളും ഉയർച്ചയും കൊണ്ട്. ആ യാത്രയിൽ നല്ലതും ചീത്തയും ഉണ്ടായിരുന്നു. അടുത്ത യാത്ര ഞാൻ സിനിമ പോലെ ആക്കും. ഞാൻ അത് സംവിധാനം ചെയ്യും. ഞാനായിരിക്കും തിരക്കഥാകൃത്ത്. അതിൽ ഞാൻ തിരഞ്ഞെടുക്കുന്ന അഭിനേതാക്കൾ മാത്രമേ ഉണ്ടാകൂ . എൻ്റെ കഴിഞ്ഞ യാത്രയിൽ അഭിനേതാക്കളെ തിരഞ്ഞെടുത്തത് ശരിയായിരുന്നില്ല എന്ന് വ്യക്തമാണ്.

പ്രധാന കാര്യം, ഈ യാത്ര അവസാനിച്ചിട്ടില്ല എന്നതാണ്. ഞാൻ തിരഞ്ഞെടുക്കേണ്ട പുതിയ ആരംഭ പോയിൻ്റുള്ള നിരവധി പാതകളുണ്ട്. ഈ വീക്ഷണകോണിൽ നിന്ന് അത് കണ്ടപ്പോൾ എനിക്ക് വല്ലാത്ത ആശ്വാസം തോന്നി.

കമ്പനി നൽകിയ വാഹനത്തിൽ ജോലിസ്ഥലത്തേക്ക് ഡ്രൈവ് ചെയ്യുന്നു. അപ്പോഴും ഈ ചിന്തകൾ എൻ്റെ തലയിൽ പുകയുകയാണ്. അത് കറുത്ത മേഘങ്ങൾ പോലെയാണ്. നിങ്ങൾക്ക് ശരിക്കും നഷ്ടപ്പെട്ടത് ഞാൻ കാണിച്ചുതരാം. ഞാൻ നല്ല ഓർമ്മകൾ ഉണ്ടാക്കും. അത് നിങ്ങളുടേത് മറികടക്കും. പുതിയ കമ്പനി ബ്രാഞ്ച് പരിസരത്ത് എത്തി, ഞാൻ എൻ്റെ ഏറ്റവും മികച്ച കാൽ മുന്നോട്ട് വെച്ചു. വിശാലമായ സൂര്യപ്രകാശമുള്ള ഇടങ്ങൾ . കാണാൻ നല്ല സുഖം തോന്നുന്നു. സൗഹൃദ മുഖങ്ങൾ പരിചയപ്പെടാൻ വരുന്നു.

ആർക്കും അന്വേഷണമോ ജിജ്ഞാസയോ തോന്നിയില്ല. ജീവിതം ഇപ്പോൾ സുഖകരമാണ്.

എൻ്റെ ജോലി കഴിഞ്ഞ് വീട്ടിലേക്ക് പോകുമ്പോൾ ഞാൻ കഫേയിൽ നിർത്തി. യാത്രയ്ക്കിടയിൽ ചൂടുള്ള ചോക്ലേറ്റ് ശേഖരിച്ചു. എന്നെ നോക്കി വശീകരിക്കുന്ന രീതിയിൽ ചിരിക്കുന്ന ഒരാളെ കണ്ട് ഞാൻ വേഗം പുറത്തേക്കിറങ്ങി. ഞാൻ എന്നോട് തന്നെ പറഞ്ഞു. ഒരു വഴിയുമില്ല .

ഒരു തിരിച്ചുവരവ് ഞാൻ ആഗ്രഹിക്കുന്നില്ല. ഇപ്പോൾ വീട്ടിൽ, ഞാൻ എൻ്റെ സാഹചര്യം വിലയിരുത്താൻ ശ്രമിച്ചുകൊണ്ട് ചൂടുള്ള ചോക്ലേറ്റ് നുകരുന്നു. അവിവാഹിതയായ സ്ത്രീ, പരിചയപ്പെടാൻ ഒരു പുതിയ പ്രദേശം. ഇനി പ്രഭാതഭക്ഷണം കിടക്കയിൽ ഇല്ല, ഒരു മനുഷ്യൻ്റെ ശരീരത്തിൻ്റെ ഊഷ്മളതയും വികാരവും കണ്ട് ഞാൻ ഉണരുകയില്ല. അവന് ഒരു സുപ്രഭാത ചുംബനം നൽകേണ്ടതില്ല. ഇനി അവനിൽ നിന്നും ഒരു സുപ്രഭാത ചുംബനം ലഭിക്കില്ല. (ഓ, എന്തായാലും അത് വ്യാജമായിരുന്നു).

അവനെ ഉദ്ധാരണം ചെയ്യാൻ എനിക്ക് ഒരു ബുദ്ധിമുട്ടും ഉണ്ടായിട്ടില്ല. ഏതാനും മിനിറ്റുകൾക്കുള്ളിൽ ഞാൻ അവനെ പ്രണയത്തിനായി ഒരുക്കി .

എൻ്റെ നാവ് അവൻ്റെ തണ്ടിൽ സ്പർശിക്കുമ്പോൾ അവൻ എപ്പോഴും സന്തോഷത്താൽ ഞരങ്ങി. അത് എപ്പോഴും എനിക്ക് കൂടുതൽ ആത്മവിശ്വാസം നൽകി . ഞങ്ങൾ രാത്രി മുഴുവൻ പ്രണയിച്ചു, സ്നേഹവും മധുരമുള്ള വാക്കുകളും സംസാരിച്ചു.

എങ്ങനെയാണ് പുരുഷന്മാർക്ക് ഇത്ര രണ്ടു മുഖങ്ങൾ ഉണ്ടാകുന്നത്. ഈ ഓർമ്മകൾ എന്നെ അസ്വസ്ഥമാക്കുമ്പോഴും ആ അഭിനയം എനിക്ക് വിശ്വസിക്കാൻ കഴിയുന്നില്ല. ഒരു നീണ്ട രാത്രിക്ക് ശേഷം ഞങ്ങൾ രണ്ടുപേരും ശുദ്ധീകരണത്തിനായി ഷവറിലേക്ക് പോകാറുണ്ടായിരുന്നു. അവിടെയും അവൻ തൻ്റെ കൊതി കാണിച്ചു. അവനു ഞാൻ ഒരു ഭ്രാന്തു പോലെ ആയിരുന്നു. അവൻ്റെ സിരകളിൽ ഒഴുകിയെത്തിയ ഒരു ഭ്രാന്ത് .

എനിക്ക് ഡേറ്റിംഗ് ആരംഭിക്കേണ്ടതുണ്ട്. പക്ഷേ പതുക്കെ. ഇപ്പോൾ എനിക്ക് ഒരു പ്രോജക്റ്റിൻ്റെ അവസാന ഭാഗം പൂർത്തിയാക്കേണ്ടതുണ്ട്. അതൊരു പുതിയ ശാഖയാണ്. മതിപ്പുളവാക്കണം. മറുവശം നഷ്ടമായെങ്കിലും. പക്ഷെ ഞാൻ ഇതിനകം മരിക്കുന്നില്ല.

പക്ഷെ ഈ ചതി എന്നെ വേദനിപ്പിക്കുന്നു. പക്ഷെ അത് ഒരിക്കലും എൻ്റെ ആത്മാവിനെ വേദനിപ്പിക്കില്ല. ഒരു ഫീനിക്സ് പക്ഷിയെക്കാൾ വേഗത്തിൽ ഞാൻ ഉയരും. സ്വാർത്ഥനായ ഒരു വക്രബുദ്ധിയിൽ നിന്ന് രക്ഷപ്പെട്ടതിൽ എനിക്ക് സന്തോഷമുണ്ട്. അഞ്ചു വയസ്സുള്ള കുട്ടിയെ പോലെ കോപം കാണിക്കുന്ന ഒരു വികൃതൻ . ഞാൻ നിങ്ങളുടെ ഭ്രാന്തൻ ലോകത്തിൻ്റെ ബന്ദിയല്ല. സ്വയം ഭ്രാന്തനാകൂ, ഇനി എന്നെ നിങ്ങളുടെ ലോകത്ത് കണക്കാക്കരുത്.

ഞാൻ ഉറങ്ങാൻ കിടക്കയിലാണ്. പൂജ്യം വികാരങ്ങൾ. ആഗ്രഹത്തിൻ്റെ വികാരത്തിൽ ഞാൻ എന്നെങ്കിലും ഒരു മനുഷ്യനെ തൊടുമോ? മഴയ്ക്ക് കീഴെ പൂക്കളെപ്പോലെ ഞാൻ വീണ്ടും വിരിയുമോ? ഞാൻ വീണ്ടും ഒരു മനുഷ്യനെ

വിശ്വസിക്കുമോ? എൻ്റെ ജീവിതം ഭൂമിക്ക് താഴെ പോയതുപോലെ എനിക്ക് തോന്നി.

അതിജീവിച്ച എല്ലാ ധൈര്യശാലികൾക്കും, നിങ്ങളുടെ യുദ്ധങ്ങൾ വിവേകപൂർവ്വം തിരഞ്ഞെടുത്ത എല്ലാവർക്കും. നിങ്ങൾ നിങ്ങളുടെ ഏറ്റവും മികച്ചത് നൽകി. നിങ്ങൾ എപ്പോഴും കേൾക്കുകയായിരുന്നു. എന്നാൽ നിങ്ങൾക്ക് ലഭിച്ചത് ഇരുണ്ട നിശബ്ദത മാത്രമാണ്. ചിലപ്പോൾ, 'എന്തുകൊണ്ടാണ് നിങ്ങൾ ഇപ്പോഴും ജീവിച്ചിരിക്കുന്നത്' എന്ന അർത്ഥം വരുന്ന നോട്ടം. ഇപ്പോൾ ബന്ധം ഉപേക്ഷിക്കുക. ഒന്നും പറയരുത് .

അപ്പോൾ നിങ്ങൾക്ക് വേണ്ടത്, മറ്റൊരു വഴി നോക്കുക എന്നതാണ്. അതെങ്ങനെ ധൈര്യം എന്ന് നിങ്ങൾ ചോദിച്ചേക്കാം. ഇത് ധൈര്യമാണ്, കാരണം എല്ലാവർക്കും അത് ചെയ്യാൻ കഴിയില്ല. നിശ്ശബ്ദമായ ശ്വാസംമുട്ടുന്ന പിടിയെ അതിജീവിക്കാൻ നിങ്ങൾക്ക് എന്തെങ്കിലും അർത്ഥമുണ്ടോ? അത് ധൈര്യമാണ് , ദുരുപയോഗത്തിൻ്റെ ചങ്ങലകൾ അറുത്തുമാറ്റാൻ . കൃത്രിമത്വത്തിൻ്റെ ചക്രം അവസാനിപ്പിക്കാൻ ധൈര്യം ആവശ്യമാണ്. അത് സഹിക്കാൻ എന്താണ് നിങ്ങളുടെ ഒഴികഴിവ്. ഒരു കെണിയിൽ അങ്ങനെ ജീവിക്കുന്നതിൽ നിങ്ങൾക്ക് സന്തോഷമുണ്ടോ.?

എല്ലാം കടന്നുപോകുമ്പോൾ, അത് വളരെയൊന്നും ആയിരുന്നില്ലെന്ന് നിങ്ങൾ കാണും. പ്രണയമെന്ന ദീർഘമായ മിഥ്യാധാരണയിൽ നിന്ന് ഹ്രസ്വമായ ദുരിതം തിരഞ്ഞെടുക്കാൻ നിങ്ങൾ ഇപ്പോൾ ധൈര്യപ്പെടുമോ? ആ തീരുമാനം നിങ്ങളുടെ പുനർജന്മമായിരിക്കും. ഈ കൊടുങ്കാറ്റിനുശേഷം നിങ്ങൾ

നിങ്ങളുടെ ശക്തിയും മനഃശുദ്ധിയും നിങ്ങൾക്കെല്ലാം അർഹമായ സ്വാതന്ത്ര്യവും ഒടുവിൽ സമാധാനവും ശാന്തതയും വീണ്ടെടുക്കും.

സൂര്യോദയം. മറ്റൊരു ദിവസം. ഈ ദിവസം ഞാൻ മനോഹരമാക്കും. നിന്നോടൊപ്പം ഞാൻ ഉടുത്തിരുന്ന വസ്ത്രങ്ങളെല്ലാം ഇന്ന് ഞാൻ കത്തിച്ചുകളയും. ഒരു പക്ഷെ കഫേയിലെ ശല്യപ്പെടുത്തുന്ന സുന്ദരനെ നോക്കി ഞാൻ വശീകരിക്കുന്ന രീതിയിൽ പുഞ്ചിരിക്കും. ആർക്കറിയാം .

വിചിത്രമായ രീതിയിൽ , ഞാൻ ആഗ്രഹിച്ചത് വ്യക്തിത്വത്തിൻ്റെ രണ്ട് മുഖങ്ങളുള്ള ഒരു വ്യക്തിയെ ആയിരുന്നു. ഫ്രണ്ട് സോൺ നിറവേറ്റുന്ന ഒന്ന്, മറ്റൊന്ന് തീവ്രമായ സ്നേഹവും പുരുഷത്വവും, അസൂയയും , ഉടമസ്ഥതയും നിറഞ്ഞതാണ് .

ഈ തരം , ഫാൻ്റസികളിൽ മാത്രമേ ഉള്ളൂ. ഒന്നുകിൽ അവർ ഫ്രണ്ട് സോണിംഗ് ആംഗിൾ ആണ് അല്ലെങ്കിൽ അവർ ബെനിഫിറ്റ് ആംഗിലുള്ള സുഹൃത്തുക്കളാണ്. രണ്ടും പറ്റില്ല. ഇത് എന്നോട് തന്നെ പറഞ്ഞുകൊണ്ട് ഞാൻ ജോലിസ്ഥലത്തെ ദിനചര്യകളിലൂടെ കടന്നുപോയി. ക്ലോക്കിംഗ് ഇൻ . ഉപഭോക്താക്കളെ അഭിമുഖീകരിക്കുന്നു. ജീവിതത്തെ അഭിമുഖീകരിക്കുന്നു. ഞാൻ എൻ്റെ ജോലി കാര്യങ്ങളിൽ ഏർപ്പെട്ടു .

വീട്ടിൽ . എനിക്ക് കുളിക്കാൻ പേടി തോന്നുന്നു. ഇനിയൊരിക്കലും നിന്നോടൊപ്പം കുളിക്കില്ല എന്ന ചിന്തകൾ. എന്താണിത് ? ഇത് ഭ്രാന്തിൻ്റെയും ഓർമ്മകളുടെയും ഒരു തരംഗമാണ്. നിൽക്കൂ . ഞാൻ തിരിച്ചു പോകുന്നില്ല .വിലകുറഞ്ഞ പീഡകൻ പോയതിൽ നന്ദിയുള്ളവരായിരിക്കുക.

ഷവറിൽ ഞാൻ എൻ്റെ ദേഹത്ത് തൊട്ടു. അത് പ്രണയത്തിന് തയ്യാറാണെന്ന് എനിക്ക് തോന്നി. എൻ്റെ കാതുകളിൽ ഉപയോഗശൂന്യമായ വാക്കുകൾ ഞാൻ കേട്ടു. ഞങ്ങൾ ഒരുമിച്ച് കുളിക്കുമ്പോൾ എന്നോട് പറഞ്ഞ വാക്കുകൾ. എനിക്ക് അത് നഷ്ടമായി. അങ്ങനെ ഷവറിൽ, എൻ്റെ ഹൃദയം വീണ്ടും തകർന്നു, എന്നെ ശുദ്ധീകരിച്ച ദശലക്ഷക്കണക്കിന് വെള്ളത്തുള്ളികൾ പോലെ അത് ഒരു ദശലക്ഷം കഷണങ്ങളായി.

അധ്യായം 4

ഓർമ്മകളുള്ള അപരിചിതർ

മറ്റൊരു ദിവസം, എൻ്റെ ചുമലിൽ നിന്ന് ഒരു ഭാരം പൊങ്ങിയത് പോലെ ഒരു ആശ്വാസം. ഒരിക്കലും തൃപ്തനാകാത്ത ഒരാളെ പ്രീതിപ്പെടുത്താൻ ശ്രമിക്കുമെന്ന് രണ്ടാമതായി ഊഹിക്കേണ്ടതില്ല. പക്ഷേ എന്തിനാണ് ഒരു സങ്കടം. ശൂന്യതയുടെ ഒരു തോന്നൽ.

കുറച്ചു ദിവസം മുൻപ് അമ്മായി എന്നോട് പറഞ്ഞിരുന്നു...
"മരിച്ചുപോയ ഒരു പങ്കാളിയെ നിങ്ങൾ വിലപിക്കുന്നതുപോലെ
അവനെ വിലപിക്കുക...കണ്ണുനീർ, നിരാശ, ദുഃഖം, അന്തിമത്വം
എന്നിവയിലൂടെ കടന്നുപോകുക, എന്നിട്ട് അത് എന്നെന്നേക്കുമായി
നിങ്ങളുടെ പിന്നിൽ വയ്ക്കുക." അമ്മായിക്ക് അത് പറയാൻ
എളുപ്പമാണ്. പക്ഷെ അമ്മായി പറഞ്ഞത് സത്യമാണ്. . ഞാൻ
അങ്ങനെ ചിന്തിക്കുമ്പോൾ, സാഹചര്യത്തിൻ്റെ അന്തിമത്വം
എനിക്ക് അനുഭവപ്പെടുന്നു.

ആദ്യമായി ഞാൻ തത്വശാസ്ത്രപരമായി ചിന്തിച്ചു. നമ്മൾ ജനിച്ചത്
ഒറ്റയ്ക്കാണ്. നമ്മൾ നമ്മുടെ സ്വന്തം കമ്പനിയിൽ സന്തോഷിക്കണം.
ജീവിത യാത്രയിൽ ആളുകൾ ചതിച്ചാൽ ഒരിക്കലും കരയരുത്. ഈ
ജീവിതത്തിൽ നിങ്ങൾക്ക് സ്നേഹം സംഭവിച്ചതിനാൽ പുഞ്ചിരിക്കൂ,
എന്നിട്ട് അവരെ നിഷ്കരുണം നീക്കം ചെയ്യുക.

എന്നിട്ടും, ജോലിക്ക് പോകുന്ന വഴിയിൽ ഞാൻ
വിഷാദത്തിലായിരുന്നു. ഇതിനെ വിലാപം എന്ന് വിളിക്കുന്നു,
ജീവിതത്തിലെ ഒരു മോശം അനുഭവത്തിൽ നിന്നുള്ള നവോത്ഥാനം
എന്നാണ് ഇതിനെ വിളിക്കുന്നത്. ഞാൻ എന്നോട് തന്നെ പറഞ്ഞു.

ദുരുപയോഗം ചെയ്യുന്ന അല്ലെങ്കിൽ നാർസിസിസ്റ്റ് പങ്കാളിക്കെതിരെ
നിങ്ങൾക്ക് ചെയ്യാൻ കഴിയുന്ന ഏറ്റവും ശക്തമായ നീക്കം ഒരു
നീക്കവും അല്ല. നിങ്ങൾ അസുഖകരമായ എന്തെങ്കിലും പറയുമെന്ന്
നാർസിസിസ്റ്റ് പ്രതീക്ഷിക്കുന്നു, കാരണം നിങ്ങൾ ഒരിക്കൽ
പറഞ്ഞാൽ , സംഭാഷണത്തിൻ്റെ മുഴുവൻ ദിശയും മാറി, നിങ്ങൾ
ഇപ്പോൾ പറഞ്ഞതിലേക്ക് ശ്രദ്ധ മാറുന്നു. വിഷയം നിഷ്പ്രയാസം
വഴിതിരിച്ചുവിടും. അവർ നിങ്ങളോട് ചെയ്തത് ഇപ്പോൾ
ഫോക്കസിൽ നിന്ന് മാറും.

അവർ എന്താണ് ചെയ്യുന്നതെന്ന് അവർക്ക് നന്നായി അറിയില്ലെന്ന് കരുതരുത്. അവർ നിങ്ങളെ ഉപദ്രവിക്കുന്നുവെന്ന് അവർക്ക് നന്നായി അറിയാം. എന്തിനാണ് അങ്ങനെ ചെയ്യുന്നതെന്ന് അവർക്കറിയില്ലായിരിക്കാം. എന്നാൽ നിങ്ങളെ വേദനിപ്പിക്കുന്നത് എന്താണെന്ന് അവർക്കറിയാം. അവർക്ക് പരിപാലിക്കാനുള്ള കഴിവില്ല.

അവർ നിങ്ങളെ വേദനിപ്പിച്ചുവെന്ന് കാണിക്കാൻ ഒരു ശ്രമവും നടത്തരുത്. അതിനാൽ അവരെ വേദനിപ്പിക്കാൻ അവർ നിങ്ങൾക്ക് ഈ അവസരങ്ങൾ നൽകുമ്പോൾ അതൊരു കെണിയാണ്. ഒരു ദുരുപയോഗം ചെയ്യുന്നയാളിൽ നിന്ന് നിങ്ങൾക്ക് ഒരു കുറ്റസമ്മതം ആവശ്യമില്ല. സാഹചര്യത്തിൽ നിന്ന് അകന്നുപോകുന്നതാണ് നിങ്ങൾക്ക് ചെയ്യാൻ കഴിയുന്ന ഏറ്റവും മികച്ച ഓപ്ഷൻ.

ജോലി കഴിഞ്ഞ് ശാന്തമായ ഒരു തെരുവിലൂടെ നടക്കാൻ പോയി. ശുദ്ധവായു ശ്വസിക്കുകയും ചെറിയ തെരുവിൽ നിരനിരയായി നിൽക്കുന്ന മരങ്ങളുടെ ആരവങ്ങൾ കേൾക്കുകയും ചെയ്യുന്ന ഒരു വിചിത്രമായ ശാന്തത അനുഭവപ്പെട്ടു. ബേക്കറികളിൽ കയറി അടുത്ത ദിവസങ്ങളിലെ പ്രഭാതഭക്ഷണത്തിനായി എന്റെ പ്രിയപ്പെട്ട ജാം നിറച്ച ബിസ്കറ്റും ഒരു ചെറിയ ബാഗെറ്റും വാങ്ങി.

മിനിമലിസ്റ്റിക് ജീവിതശൈലിയാണ് ഞാൻ പിന്തുടരുന്നത്. ആവശ്യമില്ലാത്ത സാധനങ്ങൾ വാങ്ങാൻ ഞാൻ ഇഷ്ടപ്പെടുന്നില്ല. ഞാൻ എന്ത് വാങ്ങിയാലും അത് അതിന്റെ ഉദ്ദേശ്യം നിറവേറ്റണം. ജോലിക്ക് വേണ്ടി ഞാൻ ഫങ്ഷണൽ എന്നാൽ സ്റ്റൈലിഷ്

വസ്ത്രങ്ങൾ വാങ്ങുന്നു. എനിക്ക് ചില സാധാരണ സായാഹ്ന വസ്ത്രങ്ങളും ഉണ്ട്. ചില മിതമായ ആഡംബര പാർട്ടി വസ്ത്രങ്ങൾ. ഓഫീസ്, വൈകുന്നേരങ്ങൾ, നടത്തം എന്നിവയ്ക്കുള്ള പാദരക്ഷകൾ. വീടിനുള്ള സോഫ്റ്റ് സ്ലിപ്പ് ഓണുകൾ. വ്യത്യസ്ത ആഭരണങ്ങളുടെ ഒരു ചെറിയ പെട്ടി. ഇത് മിക്സ് ആൻഡ് മാച്ച് ആണ്.   ഒരു മോയ്സ്ചറൈസർ, കൺസീലർ, ഐലൈനർ, ലിപ് ഗ്ലോസ്. അത്രയേയുള്ളൂ . ഈ ജീവിതശൈലി എനിക്ക് മനസ്സമാധാനം നൽകുന്നു. ഞാൻ പുതിയ സീസണൽ വസ്ത്രങ്ങൾ മാറ്റുമ്പോൾ, മുമ്പത്തേത് ഞാൻ ചാരിറ്റിക്ക് നൽകുന്നു. ഇതുവഴി ഞാൻ എൻറെ വീട് അലങ്കോലമില്ലാതെ സൂക്ഷിക്കുന്നു.

ഷവറിനിടയിൽ, ജലത്തിൻറെ സൂചി പോലെയുള്ള പൈൻ, ലക്ഷ്യസ്ഥാനങ്ങളിൽ ഇന്ദ്രിയജലം പോലെ വീണു. വിചിത്രമായ ചിന്തകൾ വരുന്നതായി എനിക്ക് തോന്നി. ഞാൻ നനഞ്ഞിരുന്നു, പക്ഷേ പൂർണ്ണമായും ഷവറിൽ നിന്നില്ല.

ഫോൺ റിംഗ് ചെയ്യുന്നത് ഞാൻ കേട്ടു. ഒരു VOIP കോളിൽ നിന്നായിരുന്നു മിസ്ഡ് കോൾ. അവൻ എന്നിലേക്ക് എത്താൻ ശ്രമിച്ചു. അതിൽ ഞാൻ വീഴില്ല. അവൻ എന്നെ മിസ് ചെയ്തു എന്ന് എനിക്കറിയാമായിരുന്നു. അയാൾക്ക് ലൈംഗികത നഷ്ടപ്പെട്ടു. കരുതലും സ്നേഹവും നഷ്ടപ്പെട്ടു . ഒരു കുട്ടി തൻറെ പ്രിയപ്പെട്ട കളിപ്പാട്ടം തെറ്റായി സ്ഥാപിക്കുമ്പോൾ ഉണ്ടാകുന്ന വികാരത്തിന് സമാനമാണെന്നും എനിക്കിപ്പോൾ അറിയാം. മറ്റെല്ലാ പുതിയ കളിപ്പാട്ടങ്ങളോടും അയാൾക്ക് താൽപ്പര്യം നഷ്ടപ്പെടുന്നു, പുറത്തായത് തിരയുന്നു. അത് തൻറെ ശേഖരത്തിൽ തിരികെ വേണമെന്നതിനാൽ മാത്രം. ഇതൊരു പെരുമാറ്റ ചക്രമാണ്.

ഈ ആദ്യത്തെ കുറച്ച് ദിവസങ്ങൾ ഏറ്റവും ബുദ്ധിമുട്ടാണ്.
അതെനിക്കറിയാം . എനിക്ക് ഇതിനെ അതിജീവിക്കാൻ
കഴിയുമെങ്കിൽ, എനിക്ക് എൻറെ ജീവിതം വീണ്ടെടുക്കാൻ കഴിയും.
അതൊരു എളുപ്പമുള്ള യാത്രയായിരുന്നില്ല, പക്ഷേ ഒരു ധീരയായ
സ്ത്രീ എന്ന നിലയിൽ, ദുരുപയോഗത്തിൽ നിന്ന് കരകയറാൻ
എനിക്ക് ധൈര്യമുണ്ടായിരുന്നു. ഞാൻ അകലം സൃഷ്ടിച്ചു,
അങ്ങനെ പരസ്പരം കണ്ടുമുട്ടാനുള്ള സാധ്യത കുറച്ചു.

അവർ ചെയ്യുന്നതെല്ലാം ന്യായീകരിക്കുകയും അംഗീകരിക്കുകയും
ചെയ്യുന്ന അവരുടെ സംഘത്തോടൊപ്പം അവരുടെ എല്ലാ
മഹത്വത്തിലും ജീവിക്കട്ടെ. ജീവിതത്തിൽ, നിങ്ങളോട് തെറ്റ് ചെയ്ത
ആളുകളുമായി തർക്കിക്കുന്നത് എപ്പോൾ നിർത്തണമെന്ന്
അറിയേണ്ടത് പ്രധാനമാണ്. അവർ തെറ്റ് ചെയ്യട്ടെ. അത് വിടൂ.

ഇത്തരത്തിലുള്ള ദുരുപയോഗം നിങ്ങളെ സ്തംഭിപ്പിക്കുകയും
ലജ്ജിക്കുകയും ഏകാന്തത അനുഭവിക്കുകയും ചെയ്തുവെന്ന്
അവരെ വിചാരിക്കാൻ അനുവദിക്കരുത്. നിങ്ങളുടെ ശക്തിയും
മൂല്യവും നഷ്ടപ്പെട്ടതായി അത് നിങ്ങൾക്ക് തോന്നുന്നുണ്ടെങ്കിലും.
എന്തുവിലകൊടുത്തും അവ തെറ്റാണെന്ന് തെളിയിക്കുക. അതാണ്
ഞാൻ ഇപ്പോൾ ചെയ്യുന്നത്.

വിഷമുള്ള ആളുകൾ ഒരിക്കലും മാറില്ലെന്ന് മനസ്സിലാക്കുക. അവർ
ഇരകളെ മാറ്റുന്നു. ചിന്തിക്കുക . പൂർണ്ണമായും സ്വയം
കേന്ദ്രീകൃതമായ ഒരാളുമായി നിങ്ങൾക്ക് എങ്ങനെ ചർച്ച
നടത്താനാകും? അതിജീവിച്ച ഒരാൾ മറന്ന് മുന്നോട്ട് പോയാലും,
അവരുടെ മനസ്സ് തീർച്ചയായും പീഡനത്തെ ഓർക്കുന്നു.

ചിലപ്പോൾ കുടുംബാംഗങ്ങൾ കുറ്റക്കാരാണ്. നിങ്ങളുടെ ജീവിതത്തെ പ്രായോഗികമായി പാളം തെറ്റിച്ച ഒരു കൂട്ടം നാർസിസിസ്റ്റുകളും അധിക്ഷേപകരും. നിങ്ങളുടെ ട്രോമ ഹീലിംഗിൽ അവരെ ഒരിക്കലും ഉൾപ്പെടുത്തരുത്. നിങ്ങൾ ഇതിൽ നിന്ന് സുഖപ്പെടുമ്പോൾ, അവർ അത് ചെയ്യുന്നത് നിർത്തുമെന്ന് ഇതിനർത്ഥമില്ല. ഇനി നിന്നെ വേദനിപ്പിക്കാൻ അവർക്ക് പറ്റാത്ത അവസ്ഥയാണ് നിങ്ങൾ ഉണ്ടാക്കിയത്. എന്നാൽ ദുരുപയോഗം ഈ ലോകത്ത് തുടരുന്നു. ഇത് ഇപ്പോൾ പുതിയ ഇരകൾക്ക് നേരെയാണ്.

എല്ലാ സമ്പർക്കങ്ങളും വിച്ഛേദിക്കപ്പെട്ടതിൻ്റെ വേദന അനുഭവിക്കുന്ന എല്ലാവരോടും, സാധ്യമെങ്കിൽ മറ്റൊരു പ്രദേശത്തേക്ക് മാറാൻ , നിങ്ങളാൽ കഴിയുന്നതെല്ലാം ചെയ്യുക, അവിടെ നിങ്ങളുടെ വിഷലിപ്തമായ പങ്കാളിയുടെ സ്മിയർ കാമ്പെയ്ൻ നിങ്ങളുടെ ചെവിയിൽ എത്താൻ കഴിയില്ല, നിങ്ങളുടെ അന്തർലീനമായ സഹജാവബോധം വിശ്വസിക്കുക. അതാണ് നിങ്ങളെ ഈ നടപടിയെടുക്കാൻ പ്രേരിപ്പിച്ചത്, പഴയ പാതയിലേക്ക് ഒരിക്കലും തിരിഞ്ഞുനോക്കരുത്. നിങ്ങൾ ആ അജ്ഞാത കോൾ എടുക്കുകയാണെങ്കിൽ, എന്നെ വിശ്വസിക്കൂ അവരുടെ കണ്ണുകളിൽ നിങ്ങൾക്ക് കൂടുതൽ മൂല്യം നഷ്ടപ്പെടും.

പിന്നെ രാത്രിയിൽ, ഏറ്റവും ബുദ്ധിമുട്ടുള്ള ഭാഗം വരുന്നു. നിങ്ങളുടെ കാമുകനിൽ നിന്നുള്ള സ്പർശനം. അത് ഓർക്കുമ്പോൾ ശരീരത്തിന് ചൂട് കൂടും. ഡിഗ്രികളിൽ. ഞാൻ എൻ്റെ വസ്ത്രങ്ങൾ വലിച്ചെറിഞ്ഞു . ഞാൻ ഒരു പുരുഷൻ്റെ കിടക്കയിലാണെന്ന് നടിച്ചു. ഞാൻ എങ്ങനെ അവൻ്റെ വയറ്റിൽ ഇരുന്ന് അവൻ്റെ ജീവിതത്തിലെ , ചൂടുള്ള സൂര്യാസ്തമയങ്ങളും രാത്രികളും അവനു നൽകി. വാരാന്ത്യങ്ങളിൽ അത് ഒരു മാരത്തൺ പോലെ നടന്നു. ഈ

ഭയങ്കര പീഡകനുവേണ്ടി ഞാൻ ശരിക്കും അതെല്ലാം ചെയ്തോ? അത് എന്റെ കഴിവുകൾ പാഴാക്കി. തെറ്റായ വ്യക്തിക്ക് വേണ്ടി എന്റെ വർഷങ്ങൾ പാഴാക്കി.

ചില സൂര്യാസ്തമയങ്ങളിൽ അവൻ അവളോട് കമാൻഡോ ആകാൻ ആവശ്യപ്പെട്ടു. ഒരു ടോപ്പും പാവാടയും മാത്രം ധരിക്കാൻ . മറ്റൊന്നുമില്ല . അവൾ എപ്പോഴും അവനെ അനുസരിച്ചു. അവനെ സന്തോഷിപ്പിക്കുക എന്നതായിരുന്നു എപ്പോഴും എന്റെ മുൻഗണന. സൂര്യാസ്തമയ സമയത്ത് അവൻ ഒരു ഗ്ലാസ് റം കുടിക്കുമ്പോൾ, ഞാൻ അവന്റെ കാലിൽ ഇരുന്നു അവനെ സേവിച്ചു. സാധ്യമായ എല്ലാ വഴികളിലും. എന്നിട്ടും എന്തിനാണ് ഈ രണ്ട് വ്യാജ മുഖങ്ങൾ ഉണ്ടായത്. എന്തുകൊണ്ടെന്ന് ഞാൻ ഒരിക്കലും അറിയുകയില്ല. അതൊരു അസുഖമാണെന്ന് ഞാൻ കരുതുന്നു. എനിക്ക് ആർത്തവം വരുമ്പോൾ, ഞാൻ അവന്റെ ആവശ്യങ്ങൾക്ക് എന്റെ വായിൽ സേവനം ചെയ്യാറുണ്ടായിരുന്നു. എന്തൊരു നന്ദികെട്ട ജീവിയാണ്, ഞാൻ ചിന്തിച്ചു.

കഴിഞ്ഞ ജന്മദിനത്തിൽ അവൻ എനിക്ക് സമ്മാനിച്ച ലൈഫ് സൈസ് കളിപ്പാട്ടം എടുക്കാൻ കൈ നീട്ടി, അടുത്ത അഞ്ച് മിനിറ്റിനുള്ളിൽ ഞാൻ ആ വഞ്ചനാപരമായ ആഗ്രഹവും ഗൃഹാതുരത്വവും ശമിപ്പിച്ചു. വൈബ്രേറ്റിംഗ് ചെയ്യുന്ന ഒരു കളിപ്പാട്ടം. ഇത് എളുപ്പമാണ്. കാണുക. ഞാൻ എന്നോട് തന്നെ പറഞ്ഞു .

കോണ്ടാക്റ്റ്ലെസ്സ് ഘട്ടം അത്ര ബുദ്ധിമുട്ടുള്ള കാര്യമല്ല, നിങ്ങളുടെ തീരുമാനത്തെ അതേപടി നിലനിർത്തുന്നതിൽ ശ്രദ്ധ കേന്ദ്രീകരിക്കുക. മറ്റെല്ലാം ക്രമപ്പെടുത്താവുന്നതാണ്. ഒരു

വരൾച്ചയ്ക്ക് ശേഷം പെട്ടെന്ന് വീണ്ടും പൂത്തുലഞ്ഞ ഒരു
പൂന്തോട്ടമാണ് ഞാൻ എന്ന് എനിക്ക് തോന്നി .

 അടുത്തത് , സ്വയം പരിചരണത്തിനുള്ള സമയമാണ്
എനിക്ക് ഒരു ചെറിയ ഫുട്ട് സ്പാ ഉണ്ടായിരുന്നു.
വൃത്താകൃതിയിലുള്ള രൂപം. ഞാൻ അതിൽ വെള്ളവും സുഗന്ധ
ലവണങ്ങളും ഇട്ടു എൻ്റെ കാൽ അതിൽ നനച്ചു. അത് ഇലക്ട്രിക്
ആയിരുന്നു. ഇത് കാലിന് മൃദുലമായ സ്പന്ദനങ്ങൾ നൽകുന്നു.
എൻ്റെ ക്ഷീണം അപ്രത്യക്ഷമായതായി എനിക്ക് തോന്നി.
എൻ്റെ പ്ലേലിസ്റ്റ് കേട്ടു . സംഗീതം നന്നായിട്ടുണ്ട്. ശരിക്കും
എന്തൊരു സമാധാനമാണ് നഗരത്തിൽ നിന്ന് മാറി ഇങ്ങനെ
ഇരിക്കുന്നത്.

നിങ്ങളുടെ ഭൂമിശാസ്ത്രപരമായ സ്ഥാനം ഒരിക്കലും
വെളിപ്പെടുത്തരുത്. നിങ്ങൾ എവിടെയാണെന്ന് നിങ്ങൾ
വെളിപ്പെടുത്തിയാൽ, നിങ്ങളെ അനാദരിക്കാനും ഒരു സ്ത്രീ എന്ന
നിലയിൽ നിങ്ങളെ വിലകുറച്ചു കാണിക്കാനും നിങ്ങൾ അവർക്ക്
വീണ്ടും അവസരം നൽകുന്നു. ഒരിക്കലും അവസാനിക്കാത്ത മറ്റൊരു
ചക്രത്തിലൂടെ നിങ്ങളെ കടത്തിവിടുന്ന ഈ വിഭ്രാന്തിയോടൊപ്പം
നിങ്ങൾ ജീവിതകാലം മുഴുവൻ ദുരിതത്തിൽ പ്രവേശിക്കും.

പുതിയ ഓഫീസ് ബ്രാഞ്ചിൽ ഇപ്പോൾ തന്നെ ആളുകൾ പുതുതായി
വന്ന ആളിൽ കണ്ണുവെച്ചിട്ടുണ്ട്. റീബൗണ്ടിൽ ഒരാളെ എടുക്കാൻ
ഞാൻ പോകുന്നില്ല, അല്ലെങ്കിൽ ഞാൻ അത് ചെയ്യണോ?
ചരടുകളൊന്നുമില്ലാതെ കുറച്ച് രസിക്കുന്നതിൽ കുഴപ്പമില്ല.
സന്തോഷവതിയും എന്നാൽ സ്വകാര്യവുമായ ഒരു സ്ത്രീയായി

ഞാൻ എന്നെത്തന്നെ അവതരിപ്പിച്ചു. ഇതുവരെ അത് ശരിക്കും നന്നായി പ്രവർത്തിച്ചിട്ടുണ്ട്.

വീണ്ടും വീണ്ടും എനിക്ക് പ്രതികാരം ചെയ്യാൻ തോന്നുന്നു. പക്ഷേ ഞാനത് ചെയ്യില്ല. പീഡിപ്പിക്കുന്നവർക്കും അവരുടെ സംഘങ്ങൾക്കും എന്നിലേക്ക് പ്രവേശനമില്ല എന്നത് മതിയായ പ്രതികാരമാണ്.

ഈ പുതിയ ദിനചര്യയിൽ ഞാൻ എന്റെ ദിവസങ്ങൾ നിറയ്ക്കാൻ തുടങ്ങി. കഴിഞ്ഞ വർഷങ്ങളിൽ എനിക്ക് നിയന്ത്രണമില്ലാത്ത കാര്യമായിരുന്നു ഇത്. എന്റെ രാവിലെയും വൈകുന്നേരവും, ഇവിടെ എത്തുന്നതിന് മുമ്പ്, ഒരു അധിക്ഷേപകന്റെ മുൻഗണനകളും ആവശ്യങ്ങളും ഏറ്റെടുത്തു. കടലിന്റെ ഗന്ധം ശ്വസിച്ചുകൊണ്ട് കടൽത്തീരത്തെ വഴികളിലൂടെയുള്ള പ്രഭാത നടത്തം ഞാൻ ഇപ്പോൾ വിലമതിക്കുന്നു, ഇപ്പോൾ നുണകളുടെ ഡ്രോണിന് പകരം പക്ഷികളുടെ മൃദുവായ ചിലവ്.

ഞാൻ അൽപ്പം വൈകിയാണ് ഉണർന്നതെങ്കിൽ, ഞാൻ കടന്നുപോയ ഈ പാതകളിൽ മത്സ്യത്തൊഴിലാളികളുടെയും ബോട്ടുകളുടെയും എല്ലാത്തരം സമുദ്രവിഭവങ്ങളും കൊണ്ടുവരുന്ന ശബ്ദങ്ങളാൽ നിറഞ്ഞിരുന്നു. ചിലപ്പോൾ ഞാൻ കച്ചവടം കാണാൻ നിന്നു. കണവ, റേ ഫിഷ്, വാൾമീൻ, ഞണ്ട്, ചെമ്മീൻ, ഇവയാണ് മത്സ്യത്തൊഴിലാളികളുടെ ദൈനംദിന മീൻപിടിത്തം. ഞാൻ തീരെ കടൽഭക്ഷണം ഇഷ്ടപ്പെടുന്ന ആളായിരുന്നില്ല. പക്ഷെ കാണുമ്പോൾ വളരെ സംതൃപ്തി തോന്നുന്നു.

വീട്ടിൽ, ഞാൻ എന്റെ പുസ്തകങ്ങൾ അടങ്ങിയ പെട്ടി തുറന്ന് ടെലിവിഷൻ സ്റ്റാൻഡിന് താഴെയുള്ള ഒരു സ്ഥലത്ത് നിരത്തി,

എൻ്റെ ദൈനംദിന വായനകൾ ഞാൻ എടുത്തു. സാവധാനം, ഞാൻ ഇപ്പോൾ ഒരു മുഴുവൻ വ്യക്തിയാണെന്ന് എനിക്ക് തോന്നിത്തുടങ്ങി, എനിക്ക് ജീവിതത്തിൽ ഒരു ലക്ഷ്യമുണ്ട്. ഞാൻ കട്ടിലിൽ വശത്തേക്ക് തിരിഞ്ഞു. ഞാൻ ഉറങ്ങാൻ ശ്രമിക്കുകയാണ് .

അധ്യായം 5

ചാരുതയും   , മനോഹാരിതയും , വിനോദവും ജീവിതത്തിൽ തിരിച്ചെത്തി, അത് നിങ്ങളിൽ നിന്നുള്ളതല്ല

ഇഷ്ടപ്പെടാത്ത ഗൃഹാതുരതയോടെ ഞാൻ ഉണർന്നു. ഈ വികാരം ഒരു അനാവശ്യ അതിഥിയെപ്പോലെയാണ്. ഞാൻ കളിപ്പാട്ടത്തിലേക്ക് നോക്കി. അപ്പോഴാണ് ഞാനറിഞ്ഞത് ഞാൻ വീണ്ടും ട്രാക്കിലാണെന്ന്. ദിവസങ്ങളോളം എനിക്ക് ഇതുപോലെനനവ് തോന്നിയിട്ടില്ല. മറ്റൊരു റൗണ്ട്, അത് ഉപദ്രവിക്കില്ല. ഇല്ല എൻ്റെ ഹൃദയം വേദനിച്ചില്ല. ഈ കളിപ്പാട്ടം, ഇത് എൻ്റെ സൂര്യോദയത്തെ ശാന്തമാക്കി, ഒറ്റയ്ക്ക് എഴുന്നേൽക്കുന്ന എൻ്റെ പതിവ് പരിഭ്രാന്തി.

അത് ശമിപ്പിച്ചു. പെട്ടെന്ന് ഒരു കുളിയും കാപ്പിയും , ഞാൻ ആ ദിവസത്തെ നേരിടാൻ തയ്യാറായി.

ഞാൻ ഫോണിലേക്ക് നോക്കി. രാത്രിയിൽ നിരവധി മിസ്ഡ് **VOIP** കോളുകൾ. ഞാനത് എങ്ങനെ കേൾക്കും. ഒരു തടി പോലെ ഞാൻ ഉറങ്ങുകയായിരുന്നു. ഇന്നലെ രാത്രി കളിപ്പാട്ടം ഉപയോഗിച്ചതിന് ശേഷം.

ഈ വാരാന്ത്യത്തിൽ കഫേയിൽ നിന്ന് വശീകരിക്കുന്ന ആളെയും എൻറെ ഓഫീസിലെ ഫ്രണ്ട് സോണിനെയും അവൻറെ മൂത്ത സഹോദരിയെയും അത്താഴത്തിന് ക്ഷണിക്കാമെന്ന് ഞാൻ തീരുമാനിച്ചു. വശീകരിക്കുന്ന ആൾ ഇന്ന് രാത്രി ഒരു വശീകരണ പുഞ്ചിരി നൽകിയാൽ, അവൻ അകത്തുണ്ട്. അവൻ വളരെ സുതാര്യമായി കാണപ്പെട്ടു. ഞാൻ ഈ അവസരം എടുക്കണം. ഞാനിപ്പോൾ കുളിരിൽ കുളിക്കട്ടെ. കുളിക്കുമ്പോൾ എനിക്ക് തോന്നി, ഞാൻ വീണ്ടും സുന്ദരിയാണ്, കഠിനമായ ലോകത്തെ ഏറ്റെടുക്കാൻ ധൈര്യപ്പെടുന്നു, എന്ത് വിലകൊടുത്തും ഈ സമാധാനം നിലനിർത്താൻ ഞാൻ തയ്യാറാണ്.

ഈ മാച്ചോ ടൈപ്പ് എനർജി എല്ലാം എനിക്ക് എവിടെ നിന്ന് വന്നു? ഞാൻ അത്ഭുതപ്പെട്ടു. എനിക്കിപ്പോൾ ഉത്തരം അറിയാം. ട്രോമ. സ്വന്തം പുരുഷത്വത്തിൽ വേണ്ടത്ര ആത്മവിശ്വാസമില്ലാത്ത, ഭീരുക്കളെപ്പോലെ കള്ളം പറയുകയും ഒറ്റിക്കൊടുക്കുകയും മുടിവെക്കുകയും ചെയ്യുന്ന നമ്മുടെ ജീവിതത്തിലെ പുരുഷന്മാർക്കൊപ്പം, എന്നെപ്പോലുള്ള സ്ത്രീകൾക്ക് ജീവിതത്തിൽ അങ്ങേയറ്റം സ്വതന്ത്രരും സ്വയം പര്യാപ്തരുമാകുകയല്ലാതെ മറ്റ് മാർഗമില്ലായിരുന്നു. എനിക്കറിയാവുന്ന ഒരുപാട് സ്ത്രീകൾ ഉണ്ട്.

ഇത്തരത്തിലുള്ള പ്രതിരോധശേഷിയുള്ള പുരുഷശക്തിയുള്ള സ്ത്രീകൾ. ഞാനിപ്പോൾ ആ ക്ലബ്ബിലാണ്. നമ്മുടെ സ്വാഭാവികമായും സഹജമായ സ്ത്രീ സ്വഭാവവിശേഷങ്ങൾ കാണിക്കാൻ സുരക്ഷിതമായ ഇടം സൃഷ്ടിച്ച ഒരു പുരുഷൻ നമുക്കെല്ലാവർക്കും ഒരിക്കലും ഉണ്ടായിട്ടുണ്ടാകില്ല. ഞങ്ങൾ അക്ഷരാർത്ഥത്തിൽ കപ്പൽ നയിക്കാൻ നിർബന്ധിതരായി .

നാളെ ഒരു വാരാന്ത്യമാണ്. ഏറ്റവും അത്യാവശ്യമായ ജോലികൾ കൈകാര്യം ചെയ്യാൻ രാവിലെ മുഴുവൻ ജോലിസ്ഥലത്ത് തന്നെ വേണ്ടി വന്നു. ഉച്ചഭക്ഷണ സമയത്ത് ഞാൻ ഫ്രണ്ട് സോൺ പയ്യനോടൊപ്പം ഫ്രഷ് ഫ്രൂട്ട് കഴിക്കുകയും അവൻ്റെ സഹോദരിയോടൊപ്പം വാരാന്ത്യ അത്താഴത്തിന് അവനെ ക്ഷണിക്കുകയും ചെയ്തു. വേറെ ആരുണ്ട് അവിടെ, അവൻ ചോദിച്ചു. ഇപ്പോൾ വെറും മൂന്ന് മാത്രം. എന്നാൽ നോക്കാം, ഞാൻ മറുപടി പറഞ്ഞു.

വൈകുന്നേരം ഞാൻ എൻ്റെ ചൂടുള്ള ചോക്ലേറ്റ് എടുക്കുന്നതിനായി കഫേയിൽ എത്തി. വശീകരിക്കുന്ന പയ്യൻ പതിവുപോലെ വശീകരിക്കുന്നവനായിരുന്നു, പക്ഷേ വശീകരിക്കുന്ന പുഞ്ചിരി കാണുന്നില്ല. എന്ത് ? നിങ്ങൾക്ക് ഇതിനകം ധൈര്യം നഷ്ടപ്പെട്ടോ? ഗെയിം എൻ്റെ കൈകളിലേക്ക് എടുക്കാനും വശീകരിക്കുന്ന പുഞ്ചിരി നൽകാൻ അവനെ സഹായിക്കാനും ഞാൻ തീരുമാനിച്ചു. എൻ്റെ പാനീയം വീട്ടിലേക്ക് കൊണ്ടുപോകുന്നതിനുപകരം അയാൾക്ക് അഭിമുഖമായുള്ള മേശപ്പുറത്ത് എൻ്റെ ചൂടുള്ള ചോക്ലേറ്റ് നിഷ്കളങ്കമായി ഇരുന്നു.

ഞങ്ങളുടെ കണ്ണുകൾ തമ്മിൽ കൂട്ടിമുട്ടി. ഞാൻ ഒരു പുഞ്ചിരിയുടെ ചെറിയ സൂചന നൽകി അവൻ്റെ വിരലിൽ മോതിരമുണ്ടോ എന്ന് മനപ്പൂർവ്വം നോക്കി. ആ വിദ്യ വിജയിച്ചു "ഞാൻ വിവാഹിതനല്ല". അവൻ പറഞ്ഞു. എനിക്ക് നിങ്ങളുടെ മേശയിൽ ചേരാമോ? അവിടെ നിന്ന് വശീകരിക്കുന്ന ആളും ഞാനും യാത്രയായി. നിഷ്കളങ്കമായ പരിഹാസം. മാത്രമല്ല എനിക്ക് സുഖവും ആശ്വാസവും തോന്നി....എൻ്റെ ദൈവമേ, ഈ സുഹൃത്തിന് നന്ദി.

ഞാൻ ആദ്യം ചോദിച്ചത് രാശിയാണ്. വൃശ്ചികം ആയിരുന്നു. സ്കോർപിയോ ! എന്തൊരു ആശ്വാസം! ഏരീസ് ആണെങ്കിൽ ഞാൻ ഒരു മൈൽ ഓടുമായിരുന്നു. ഞാൻ ഒരു തുലാം രാശിയായിരുന്നു. ആഹ് , ഡിപ്ലോമാറ്റിക് , റൊമാൻ്റിക് , ലിബ്ര , അവൻ പുഞ്ചിരിച്ചു. വശീകരിക്കുന്ന ഹൃദയം ഉരുകുന്ന പുഞ്ചിരി. ഞങ്ങൾ സുഹൃത്തുക്കളായി .

പിന്നീട് അവൻ എന്നെ ഫ്രഷ് മാർക്കറ്റിലേക്ക് കൊണ്ടുപോയി. എനിക്ക് വാരാന്ത്യ അത്താഴത്തിനുള്ള ചേരുവകൾ വാങ്ങണം. ഞാൻ ചിക്കൻ , വെണ്ണ , ബീഫ് , പാൽ , തക്കാളി , വെള്ളരി , ഉള്ളി , ക്രീം , ടോർട്ടില എന്നിവ വാങ്ങി, ബാക്കി സാധനങ്ങൾ എൻ്റെ ഫ്രിഡ്ജിൽ സ്റ്റോക്ക് ചെയ്തിട്ടുണ്ട്. രണ്ടു മിന്നുന്ന മുന്തിരി വൈനുകളും വാങ്ങി.

പിന്നെ ഞങ്ങൾ ഫ്രഷ് സീഫുഡ് മാർക്കറ്റിലേക്ക് പോയി. അവിടെ നിന്ന് കക്കയും , ട്യൂണയും കൊഞ്ചും വാങ്ങി . ഫ്രഷ് സീഫുഡ് തിരഞ്ഞെടുക്കാൻ സ്കോർപിയോ എന്നെ സഹായിച്ചു. വീട്ടിലേക്കുള്ള വഴി ബാക്കി. അവൻ്റെ മുഖം പ്രകാശിച്ചു. അടുത്ത ദിവസത്തെ അത്താഴത്തിന് ഞാൻ അവനെ ക്ഷണിച്ചപ്പോൾ. അവൻ ചന്ദ്രനു മുകളിൽ ആയിരുന്നതുപോലെ. എന്നാൽ എൻ്റെ രണ്ട്

സഹപ്രവർത്തകർ ഉണ്ടാകുമെന്ന് പറഞ്ഞപ്പോൾ ആ പുഞ്ചിരി തെറ്റി. കഴിഞ്ഞ വർഷങ്ങളിൽ ഞാൻ കൈകാര്യം ചെയ്തിരുന്ന മുഖംമൂടിക്ക് വിരുദ്ധമായി, ഉള്ളിൽ എന്താണ് അനുഭവപ്പെടുന്നതെന്ന് കൃത്യമായി അറിയിക്കുന്ന എത്ര പ്രകടമായ മുഖം. എനിക്ക് രസം തോന്നി. എൻ്റെ മുൻ പങ്കാളിയിൽ നിന്ന് എന്തൊരു വ്യത്യാസം.

ഞങ്ങളുടെ വാങ്ങലുകൾ പൂർത്തിയാക്കിയ ശേഷം, സ്കോർപിയോ എന്നെ ഒരു തെരുവ് കഫേയിലേക്ക് കൊണ്ടുപോയി. ഞങ്ങൾ രുചികരമായ സോസുകൾ നിറച്ച സാൻഡിച്ചുകൾ വാങ്ങി. അവനു ചിക്കൻ സാൻഡ്വിച്ചും എനിക്കും വഴുതനങ്ങയും ഉരുളക്കിഴങ്ങും ചേർത്ത സാൻഡ്വിച്ചും. വെജിറ്റേറിയൻ ഭക്ഷണമാണ് ഞാൻ ഇഷ്ടപ്പെടുന്നതെന്ന് ഞാൻ പറഞ്ഞിട്ടുണ്ടോ? നോൺ വെജിറ്റേറിയൻ വിഭവങ്ങൾ തയ്യാറാക്കാൻ എനിക്കറിയാമെങ്കിലും, ഞാൻ സസ്യാഹാരമാണ് ഇഷ്ടപ്പെടുന്നത്. കുട്ടിക്കാലം മുതൽ ഞാൻ അങ്ങനെയാണ്. സ്കോർപിയോയ്ക്ക് അത് അസാധ്യമായിരുന്നു.

ഞങ്ങൾ പാർക്കിംഗ് സ്ഥലത്തേക്ക് നടന്നു. അപ്പോഴാണ് സ്കോർപിയോയ്ക്ക് ബൈക്ക് ഓടിക്കാൻ പറ്റുമെന്ന് അറിഞ്ഞത്. ഞാൻ എൻ്റെ കാർ സ്റ്റാർട്ട് ചെയ്തു. സ്കോർപിയോ തൻ്റെ ബൈക്ക് സ്റ്റാർട്ട് ചെയ്തു. ഞാൻ വണ്ടിയോടിച്ചപ്പോൾ അവൻ കൈവീശി കാണിച്ചു. ഒരു സുഹൃത്തിനെ കിട്ടിയതിൽ ഞാൻ വളരെ സന്തോഷിച്ചു. ഒരു യഥാർത്ഥ സുഹൃത്ത്.

ഞാൻ വീട്ടിലെത്തി കുളിച്ചു. എൻ്റെ രാത്രികാല ദിനചര്യകൾക്കും , പ്രാർത്ഥനകൾക്കും , ഫുട്സ്പായ്ക്കും ശേഷം ഞാൻ കുറച്ച് സംഗീതം ശ്രവിച്ചു. വീണ്ടും ഭൂതകാല ചിന്തകൾ. അത് സാധാരണമാണെന്ന്

ഞാൻ ഊഹിക്കുന്നു. ഏതാനും ആഴ്ചകൾക്കുശേഷം അത്
അപ്രത്യക്ഷമായേക്കാം .

ഒരു മാരത്തൺ പോലെ അവൻ്റെ വയറ്റിൽ ഇരുന്നു കളിച്ചതിനു
ശേഷവും അവനെ ഉദ്ധാരണം ചെയ്യാനുള്ള അവളുടെ കഴിവ്, അവൻ
അത് ഇഷ്ടപ്പെട്ടു. ഞങ്ങൾ ഒരുമിച്ചിരിക്കാൻ കാരണം അതാണ്
എന്ന് ഞാൻ കരുതുന്നു. മികച്ച പ്രകടനം നടത്താൻ ചിലർ
ബോണർ ഗുളികകൾ കഴിക്കാറുണ്ട്. പക്ഷെ അവൻ
എന്നോടൊപ്പമുണ്ടായിരുന്നപ്പോൾ അതിൻ്റെ
ആവശ്യമില്ലായിരുന്നു.

ഞാൻ എന്തൊരു വിഡ്ഢിയാണ്, എല്ലാം വിശ്വസിക്കാനും
അംഗീകരിക്കാനും. ഇത് വായിക്കുന്ന എല്ലാവരോടും ഒരു വാക്ക്.
അനന്തമായി ലൈംഗികത നൽകരുത്. എപ്പോൾ നൽകണമെന്ന്
അറിയുക, എപ്പോഴും ധാരാളമായി ലഭിക്കുന്ന ഒരു ചരക്ക്
അതിൻ്റെ മൂല്യവും വിലയും നഷ്ടപ്പെടുത്തുന്നു. ചരക്ക്
എന്നതുകൊണ്ട് ഞാൻ ഉദ്ദേശിക്കുന്നത് ലൈംഗിക
സേവനങ്ങളെയാണ്. ആളുകളോ പങ്കാളിയോ അല്ല. വളരെ
വൈകിയാണ് ഞാനത് തിരിച്ചറിഞ്ഞത്. അതുകൊണ്ടാണ് എനിക്ക്
ആ ജീവിതം ഉപേക്ഷിക്കേണ്ടി വന്നത്.

ഗസ്റ്റ് ഡിന്നറിനുള്ള മെനുവിനെക്കുറിച്ച് ഞാൻ ചിന്തിച്ചു.
എളിമയോടെ പറഞ്ഞാൽ എനിക്ക് നന്നായി പാചകം ചെയ്യാൻ
അറിയാം. എനിക്കറിയാവുന്ന മിക്ക പാചകക്കുറിപ്പുകളും എൻ്റെ
കമ്മ്യൂണിറ്റിയിൽ പെട്ടവയാണ്. ഞാൻ അത് നന്നായി
തയ്യാറാക്കുകയാണെങ്കിൽ, അവ അവിശ്വസനീയമാംവിധം
രുചികരമായ വിഭവങ്ങളാണ്. എൻ്റെ വീട്ടിൽ പാകം ചെയ്ത

ഭക്ഷണം എൻ്റെ അതിഥികൾ ആസ്വദിക്കുമെന്ന് ഞാൻ
കരുതുന്നു.

വാരാന്ത്യ അത്താഴത്തിന് ആവശ്യമായ പലചരക്ക് സാധനങ്ങളും
ചേരുവകളും ഓൺലൈനിൽ ഓർഡർ ചെയ്ത ശേഷം അന്ന് രാത്രി
ഞാൻ സുഖമായി ഉറങ്ങി.

അധ്യായം 6

വിളക്കുമാടം

ഓഫീസ് കഴിഞ്ഞ് ഞാൻ പതിവുപോലെ യാത്രയിൽ എൻ്റെ
ചുടുള്ള ചോക്ലേറ്റ് എടുത്തു. കഫേയിൽ തൻ്റെ സീറ്റിൽ
സ്കോർപിയോ ഉണ്ടായിരുന്നില്ല. ഒരുപക്ഷെ അവൻ അത്താഴത്തിന്
ഒരുങ്ങുകയായിരുന്നോ? ഒരു പാർട്ടിക്ക് മുമ്പ് ആൺകുട്ടികൾ
എപ്പോഴും ചമയം ചെയ്യുന്നു. അതെനിക്കറിയാം . ഞാൻ വീട്ടിലേക്ക്
കടന്നു. എൻ്റെ ആംഗ്ലോ സംസ്കാരത്തെ പ്രതിഫലിപ്പിക്കുന്ന
പ്രധാനവും ആധികാരികവുമായ ആംഗ്ലോ ഭക്ഷണം പാകം ചെയ്യുക
എന്നതാണ് ജീവിതത്തിൻ്റെ തുടക്കത്തിൽ ഞാൻ പഠിച്ച ഒരു
കാര്യം.

ഞാൻ ഒരു വിരുന്നിന് ഒരുങ്ങി. തുടക്കക്കാർക്കായി, ഞാൻ സീ ഫുഡ് മാർക്കറ്റിൽ നിന്ന് വാങ്ങിയ ഫ്രഷ് ക്ലാമുകളുള്ള ഒരു കക്ക സൂപ്പ്. ഊഷ്മള റോളുകൾ ഉപയോഗിച്ച് ഇത് സേവിക്കും. വറുത്ത ബീഫ് കീമ , ഉരുളക്കിഴങ്ങിൽ പാറ്റീസ് രൂപത്തിലാക്കി വെണ്ണ കൊണ്ട് ഗ്രിൽ ചെയ്തു. പിന്നെ , ഗ്രിൽ ചെയ്ത ചിക്കൻ, ചീസ്, ചീര, ഉള്ളി, പഴുത്ത തക്കാളി എന്നിവ ഉപയോഗിച്ച് സ്റ്റഫ് ചെയ്ത സോഫ്റ്റ് ടോർട്ടില്ലകൾ, പിന്നെ , ചെമ്മീനും , കൂണും ,പച്ചയും ചുവപ്പും കാപ്സിക്കം, കാരറ്റും ചേർത്ത് പൊടിച്ച കുരുമുളക്, ധാരാളമായി വിതറി , ഇളക്കി വറുത്തത് .

തൊലികളഞ്ഞ തക്കാളി, കുക്കുമ്പർ, ഐസ് ബെർഗ് ലെറ്റൂസ് എന്നിവ ഒലീവ് ഓയിലും മല്ലിയിലയും കൊണ്ടുള്ള ഒരു ആംഗ്ലോ സാലഡ്. ചുട്ടുപഴുത്ത ഗ്രിൽഡ് ട്യൂണ. ഒരു വലിയ പാത്രത്തിൽ ആവിയിൽ വേവിച്ചതും വെണ്ണ പുരട്ടിയും പാകം ചെയ്ത നീളമുള്ള അരിയുമായി ഞാൻ എല്ലാം ജോടിയാക്കി .

ഒരു ലളിതമായ മധുരപലഹാരത്തിന്, ലെമൺ ഗ്രീൻ ടീയും ജാസ്മിൻ ടീയും. ഹോംമെയ്ഡ് ചോക്ലേറ്റ് ചിപ്പ് കുക്കികളും , പീനട്ട് ബട്ടർ കുക്കികളും. അത് എൻ്റെ അത്താഴം അവസാനിപ്പിച്ചു. എൻ്റെ ചെറിയ വീട്ടിൽ , ഹോം പാകം ചെയ്ത അത്ഭുതകരമായ ഭക്ഷണത്തിൻ്റെ മണം ഉണ്ടായിരുന്നു. എല്ലാ പാചകവും കഴിഞ്ഞപ്പോൾ എനിക്ക് ക്ഷീണം തോന്നി. പക്ഷേ ലക്ഷ്യം കണ്ടെത്തിയതിൽ ഞാൻ സന്തോഷിച്ചു. ഈ നല്ലവരെല്ലാം എന്നെ സന്ദർശിക്കാൻ വന്നതിൽ സന്തോഷമുണ്ട്, നല്ല അർത്ഥമുള്ള കുറച്ച് സുഹൃത്തുക്കളെ നേടുന്നതിൽ ഞാൻ വിജയിച്ചു .

ഡയലോഗുകളും ചിരിയും കൊണ്ട് എൻ്റെ വീട് നിറഞ്ഞു.
അതിഥികളുടെ ചിരിയിൽ എൻ്റെ വീട് പ്രതിധ്വനിച്ചു
വിശക്കുന്ന കുട്ടികളെപ്പോലെ അവർ ഭക്ഷണം കഴിച്ചു.
സ്കോർപ്പിയോ ജീൻസും സ്കിൻ ഫിറ്റിംഗ് ഷർട്ടും ധരിച്ച്
അവിശ്വസനീയമാംവിധം തിളങ്ങി, എൻ്റെ അനുവാദത്തോടെ
അവൻ തൻ്റെ നായയെ കൊണ്ടുവന്നു. എല്ലാവരും അവൻ്റെ
നായയുമായി ഉടനടി ബന്ധം സ്ഥാപിച്ചു .

എൻ്റെ ഫ്രണ്ട് സോണും അവൻ്റെ സഹോദരിയും പോലും
നല്ലതായി കാണപ്പെട്ടു. ഭക്ഷണമെല്ലാം അപ്രത്യക്ഷമായി. മൂന്ന്
മണിക്കൂർ കഴിഞ്ഞു. എനിക്ക് സന്തോഷമായി. ഈ ലോകത്ത് ഞാൻ
തനിച്ചായിരുന്നില്ല. അതിശയകരമെന്നു പറയട്ടെ, നായ എൻ്റെ
കാൽക്കൽ കിടന്നു. അവനു വേണ്ടി ഞാൻ പാകം ചെയ്ത ബീഫ്
പാറ്റി ഇഷ്ടപ്പെട്ടിരിക്കണം. നായ്ക്കളെ പരിപാലിക്കുന്നതിൽ എനിക്ക്
പരിചയമുണ്ടായിരുന്നു. എൻ്റെ വിദ്യാർത്ഥി വർഷങ്ങളിൽ ഞാൻ
മൂന്ന് ജർമ്മൻ ഷെപ്പേർഡ് നായ്ക്കളെ പരിപാലിച്ചു. സംതൃപ്തനായ
നായയെ ഞാൻ തലോടി. എൻ്റെ ജീവിതം ഇപ്പോൾ ശാന്തമാണ്.

എൻ്റെ സുഹൃത്ത് സ്കോർപിയോ ഒഴികെ മറ്റെല്ലാവരും പോയി.
സ്കോർപ്പിയോ, ഒരു നല്ല സുഹൃത്തിനെപ്പോലെ, എല്ലാ പാത്രങ്ങളും
കഴുകി. അതിന് വളരെ നന്ദി . എൻ്റെ സബ്സ്ക്രിപ്ഷൻ
ചാനലിൽ ഒരു സിനിമ കാണാൻ സ്കോർപിയോ നിർദ്ദേശിച്ചു,
ഞാൻ സമ്മതിച്ചു. പട്ടി വീണ്ടും എൻ്റെ കാലിലേക്ക് . സിനിമ പാതി
വഴിയിൽ ഞാൻ മറ്റ് ചിന്തകളൊന്നുമില്ലാതെ സ്കോർപിയോ എന്ന
ആളിലേക്ക് തല ചായ്ച്ചു. ഞങ്ങൾ രണ്ടുപേരും ആഗ്രഹിച്ചത് ഒരു
മനുഷ്യ കൂട്ടായ്മ മാത്രമാണ്. ഈ സമയത്ത്, ഞങ്ങൾ വെറും
സുഹൃത്തുക്കൾ മാത്രമാണെന്ന് ഞാൻ അവനോട് വ്യക്തമാക്കി.

പിന്നീട് ജീവിതത്തിൽ നമ്മൾ സുഹൃത്തുക്കളേക്കാൾ കൂടുതലായി മാറിയേക്കാം. എന്നാൽ പ്രതിബദ്ധതകളോ വികാരങ്ങളോ ഇല്ലാതെ.

പക്ഷേ ഇപ്പോൾ ഞാൻ ഒരു ബന്ധത്തിൽ ഏർപ്പെടാൻ പോകുന്നില്ല . കുറച്ചു നേരം എൻ്റെ ജീവിതം ഒഴുകാൻ ഞാൻ ആഗ്രഹിച്ചു. ഒരു സൗഹൃദ ബോട്ട്, അതാണ് എനിക്ക് ഇപ്പോൾ വേണ്ടത്. അവൻ മനസ്സിലാക്കി, അത് എപ്പോഴെങ്കിലും സംഭവിക്കുകയാണെങ്കിൽ, എപ്പോഴെങ്കിലും , കാത്തിരിക്കാൻ അവൻ തയ്യാറാണെന്ന് തോന്നുന്നു.

അന്നു രാത്രി ഞാൻ അറിഞ്ഞു , അവനും രണ്ടു വർഷം മുമ്പ് ഒരു ബന്ധത്തിൻ്റെ ഹൃദയാഘാതത്തിൻ്റെ ഇരയാണെന്ന്. സിനിമ അവസാനിച്ചു, ഒരു കപ്പ് കാപ്പി കുടിച്ചുകൊണ്ട് ഞങ്ങൾ ഞങ്ങളുടെ ആവശ്യമായ വിവരങ്ങൾ പങ്കിട്ടു. ഓമനത്തമുള്ള നായയുമായി അവൻ പോകുമ്പോൾ , സമയം ഒരു മണി ആയിരുന്നു. ഞങ്ങൾ രണ്ടുപേരും ഞങ്ങളുടെ കപ്പലുകൾ ഡോക്ക് ചെയ്യാൻ ഒരു വിളക്കുമാടം കണ്ടെത്തിയതുപോലെ തോന്നുന്നു, താൽക്കാലികമായെങ്കിലും.

വേർപിരിയൽ ലോകാവസാനമല്ലെന്ന് എനിക്കിപ്പോൾ അറിയാം. ഒരു പ്രിൻസ് ചാർമിംഗിനായി ഞാൻ കാത്തിരിക്കേണ്ടതില്ല. ഇത് സഹജാവബോധമാണ്, അത് ഒരു കോമ്പസായി വർത്തിക്കും. നിങ്ങൾ ചെയ്യുന്നത് ശരിയാണെന്ന് നിങ്ങളുടെ ഹൃദയത്തിന് തോന്നുന്നുവെങ്കിൽ, അതിനായി പോകുക. അവിടെയും പ്രിൻസ് പെർഫെക്ട് ഇല്ല. ആരും തികഞ്ഞവരല്ല. നിങ്ങൾക്ക് ലഭിക്കുന്ന സന്തോഷത്തിൻ്റെ എല്ലാ അവസരങ്ങളും ഉപയോഗിക്കുക.

ഒരു പ്രത്യേക ചെങ്കൊടി നിങ്ങൾക്ക് നേരെ വീശുന്നതായി തോന്നിയാൽ, ഉടൻ തന്നെ വിച്ഛേദിക്കുക. വേർപിരിയലിനു ശേഷമുള്ള ജീവിതം ഒരു പരീക്ഷണ കാലഘട്ടമായതിനാൽ, നിങ്ങളുടെ ഹൃദയം ആർക്കും നൽകരുത്, നിങ്ങൾ അങ്ങനെ ചെയ്താൽ, നിങ്ങൾ ഒരു വിഡ്ഢിയാണ്, നിങ്ങളെ അതേ സ്ഥലത്ത് വീണ്ടും കത്തികൊണ്ട് കുത്താൻ , ആർക്കെങ്കിലും നിങ്ങൾ അവസരം നൽകുന്നു.

ഈ പുതിയ ആളുകളിൽ ഞാൻ ഒരു അഭയസ്ഥാനം കണ്ടെത്തിയില്ല. അതെനിക്കറിയാം. എങ്കിലും അവിടെ ആശ്വാസവും സൗഹൃദവുമുണ്ട്. ഈ ആശ്വാസം കണ്ടെത്തണം. അത് നിങ്ങളെ തേടി വരില്ല. അതിൽ അന്ധരാകരുത് . എന്നേക്കും വിലപിക്കരുത്. നിങ്ങൾ അത് ശ്രദ്ധിക്കണം, തിരിച്ചറിയണം . ശ്രമിച്ചുനോക്കൂ, ഒരവസരം എടുക്കുകയും അതുമായി ബന്ധിക്കുകയും വേണം. അത് അവിടെയുണ്ട്. നിനക്കും എനിക്കും വേണ്ടി. നിങ്ങളെ വേദനിപ്പിക്കുന്ന എല്ലാവരെയും നിങ്ങൾക്ക് മറികടക്കാൻ കഴിയും. . എന്നാൽ സൗഹൃദത്തിൻ്റെ സാധ്യതകൾ , അവസരങ്ങൾ , കൈവിട്ടുപോകാൻ , കടന്നുപോകാൻ അനുവദിക്കരുത്.

അധ്യായം 7

വിശ്വാസത്തിൻ്റെയും കരുതലിൻ്റെയും പുതിയ കഥ.

ഗ്രാമത്തിൽ നിന്ന് പുറത്തേക്ക് പോകുന്ന ഇടുങ്ങിയ പാതയിലൂടെ അവൾ നടക്കുമ്പോൾ കടൽക്കാറ്റിന് അവളുടെ ചുമലിൽ നിന്ന് ഭാരം വലിച്ചെടുക്കാൻ പ്രത്യേക കഴിവുണ്ടായിരുന്നു. അവൾ ഏതാനും ചുവടുകൾ മുന്നിലുള്ള സ്കോർപ്പിയോയെ നോക്കി, അവന്റെ സിൽഹൗറ്റ് നീല-ചാരനിറത്തിലുള്ള ആകാശത്തിന് നേരെ ഒരു ചൂടുള്ള വ്യത്യാസം. പഴയ മ്യൂസിയവും പിന്നെ ആർട്ട് ഗാലറിയും ഒടുവിൽ പാറക്കെട്ടിന് മുകളിലുള്ള വിളക്കുമാടവും കാണാൻ അവളെ കൊണ്ടുപോകണമെന്ന് ഇന്ന് അവൻ നിർബന്ധിച്ചു. ഇത് ഒരു സാധാരണ സ്കോർപ്പിയോ പ്ലാൻ ആയിരുന്നു, സാധാരണവും എന്നാൽ തിരക്കില്ലാത്തതും എന്നാൽ കൃത്യമായ അളവിലുള്ള നിഗൂഢതകളും.

അത് ഒരു ചെറിയ ചൂടുള്ള ദിവസമായിരുന്നു. സ്കോർപ്പിയോയുടെ അരികിലൂടെ നടക്കുമ്പോൾ അവളുടെ ചർമ്മത്തിൽ സമുദ്രത്തിന്റെ ഉപ്പ് അവൾക്ക് അനുഭവപ്പെട്ടു. അവൾ അവളുടെ ലിനൻ ഷർട്ടിന്റെ കൈകൾ ക്രമീകരിച്ചു, ഒരു അയഞ്ഞ, വെളുത്ത നിറമുള്ള, സുഖകരവും ദിവസത്തിന് അനുയോജ്യവുമാണ്. സ്കോർപ്പിയോ തന്റെ കാഷ്വൽ ധരിച്ചിരുന്നു, ഒരു ജോടി ബീജ് കാർഗോ ഷോർട്ട്സുമായി ജോടിയാക്കിയ, തോളിൽ നീണ്ടുകിടക്കുന്ന മങ്ങിയ നേവി ബ്ലൂ ടീ-ഷർട്ട്. അവരുടെ വസ്ത്രങ്ങളുടെ ലാളിത്യം അവൾ ഇപ്പോൾ വീട് എന്ന് വിളിക്കുന്ന ചെറിയ പട്ടണവുമായി പൊരുത്തപ്പെടുന്നു, നഗരജീവിതത്തിന്റെ അരാജകത്വം തൊട്ടുതീണ്ടാത്ത ഒരു തീരദേശ നഗരം. തിരമാലകളുടെ മൃദുലമായ ചാഞ്ചാട്ടവും കാറ്റിന്റെ മൃദുവായ പിറുപിറുപ്പും ഇപ്പോൾ അവരുടെ സന്തതസഹചാരികളായിരുന്നു.

അവർ ആദ്യം നഗരത്തിലെ ചെറിയ മ്യൂസിയത്തിൽ നിർത്തി. കഴിഞ്ഞ തലമുറകളിൽ നിന്നുള്ള അവശിഷ്ടങ്ങൾ നിറഞ്ഞ മതിലുകളുള്ള ഒരു എളിയ കെട്ടിടമായിരുന്നു അത്: പഴയ മത്സ്യബന്ധന ഉപകരണങ്ങൾ, കടലിൻ്റെ കാലാവസ്ഥാ ഫോട്ടോഗ്രാഫുകൾ, നഗരത്തിൻ്റെ ആദ്യകാലങ്ങളിൽ നിന്നുള്ള പുരാവസ്തുക്കൾ. അവൾ കുറച്ച് ഡിസ്പ്ലേകൾ കടന്ന് അലഞ്ഞു, പക്ഷേ അവളുടെ കണ്ണുകൾ സ്കോർപ്പിയോയിലേക്ക് ഒഴുകിക്കൊണ്ടിരുന്നു.

അവൻ മ്യൂസിയത്തിലൂടെ നീങ്ങിയ വഴിയും ഓരോ പ്രദർശനവും അവൻ പഠിച്ച രീതിയും അവളെ പുഞ്ചിരിപ്പിച്ചു. ഒരുതരം ആദരവോടെ അവൻ വിശദാംശങ്ങൾ എടുക്കുകയായിരുന്നു. പ്രദർശിപ്പിച്ചിരിക്കുന്ന തുരുമ്പിച്ച ഒരു ഹാർപൂണിലേക്ക് അവൻ നോക്കുന്നത് അവൾ കണ്ടു. അപ്പോൾ അവൻ്റെ വിരലുകൾ പൊട്ടിപ്പോയ ഒരു ഫോട്ടോ ഫ്രെയിമിൻ്റെ അരികിൽ തിരഞ്ഞു.

നിനക്കറിയാമോ, മൗനം ഭഞ്ജിച്ചുകൊണ്ട് അവൾ പറഞ്ഞു, "ഞാൻ വന്നതുമുതൽ ഈ നഗരം എനിക്ക് ഒരു മ്യൂസിയം പോലെയാണ്. ഓരോ കെട്ടിടവും, ഓരോ വ്യക്തിയും വളരെയധികം ചരിത്രം വഹിക്കുന്നതായി തോന്നുന്നു. അവൻ അവളുടെ നേരെ തിരിഞ്ഞു, ചിന്താഭരിതമായ കണ്ണുകൾ. "കൂടാതെ ഇവിടെ ചില കാര്യങ്ങൾ മറച്ചുവെച്ചിരിക്കുന്നു. കടലിനുപോലും അതിൻ്റേതായ രഹസ്യങ്ങളുണ്ട്.

"അവൻ്റെ വാക്കുകളിലെ സത്യം മനസ്സിലാക്കി അവൾ തലയാട്ടി. അവൾ വന്നതുമുതൽ ഈ നഗരം സൂക്ഷിച്ചിരുന്ന രഹസ്യങ്ങളിൽ അവൾ ആകൃഷ്ടയായിരുന്നു. അതിൻ്റെ കഥകൾ ഉപരിതലത്തിനടിയിൽ നിലനിൽക്കുന്ന രീതി, അത് അനാവരണം ചെയ്യാൻ കാത്തിരിക്കുകയാണ്. ആരോ മുഖേന. ആ രഹസ്യങ്ങളിൽ ചിലതിൻ്റെ സൂക്ഷിപ്പുകാരനായിരുന്നു സ്കോർപിയോ, അവൾ ചോദിച്ചാൽ ഈ നഗരക്കഥകൾ പറഞ്ഞ് അവളെ രസിപ്പിക്കാൻ മണിക്കൂറുകൾ ചെലവഴിക്കുമെന്ന് അവൾക്കറിയാമായിരുന്നു.

മ്യൂസിയം വിട്ട് അവർ ആർട്ട് ഗാലറിയിലേക്ക് പോയി, അത് ടൗൺ സെൻ്ററിൽ നിന്ന് കുറച്ച് നടക്കാനേയുള്ളൂ. തീരദേശ ജീവിതത്തിൻ്റെ സാരാംശം പകർത്തുന്ന, പ്രാദേശിക കലാകാരന്മാരുടെ സൃഷ്ടികൾ പ്രദർശിപ്പിക്കുന്ന തരത്തിലുള്ള, എളിമയുള്ള ഗാലറി. ചുവരുകളിൽ ചില പെയിൻ്റിംഗുകൾ അലങ്കരിച്ചിരിക്കുന്നു, ചിലത് കൊടുങ്കാറ്റുള്ള കടലിനെ ചിത്രീകരിക്കുന്നു, മറ്റുള്ളവ പുലർച്ചെ തുറമുഖത്ത് കുതിക്കുന്ന മത്സ്യബന്ധന ബോട്ടുകളുടെ ശാന്തമായ നിമിഷങ്ങൾ. ഒരു സ്ത്രീയുടെ ഛായാചിത്രത്തിന് മുന്നിൽ അവൾ നിന്നു, അവളുടെ മുഖം കടൽ മൂടൽമഞ്ഞിൻ്റെ മൂടുപടം കൊണ്ട് പകുതി അവ്യക്തമായിരുന്നു.

ഇത് എന്തോ മറയ്ക്കുന്നത് പോലെയാണ് തോന്നുന്നത്, "അവൾ ചിന്തിച്ചു, അവളുടെ വിരൽ ഫ്രെയിമിൻ്റെ അരികിൽ ചെറുതായി സ്പർശിച്ചു. "ആർക്കും അറിയാത്ത എന്തോ അവൾക്കറിയുന്ന

പോലെ." സ്കോർപിയോയുടെ കണ്ണുകൾ പെയിൻ്റിംഗിലേക്ക് നീങ്ങി, അവൻ്റെ ഭാവം വായിക്കാൻ കഴിഞ്ഞില്ല. "ഒരുപക്ഷേ ഇത് മറച്ചുവെച്ചതിനെക്കുറിച്ചല്ല. ഒരുപക്ഷേ അത് വെളിപ്പെടുത്തിയതിനെക്കുറിച്ചായിരിക്കാം. " അവൻ്റെ മറുപടിയിൽ കൗതുകത്തോടെ അവൾ തലയാട്ടി. "

ഈ സ്ഥലത്ത് ഇരിക്കുന്നതിൽ ശാന്തവും ലളിതവുമായ ഒരു വികാരമുണ്ട്, അവൾ ചിന്തിച്ചു. അതും ഒരു പ്രത്യേക വ്യക്തിയുമായി. അവളുടെ മുൻ കാമുകനിൽ നിന്ന് വ്യത്യസ്തമായി, അയാൾക്ക് യാതൊരു അഹംഭാവവും ഉണ്ടായിരുന്നില്ല. ദിവസങ്ങൾ കഴിയുന്തോറും ഞാൻ കൂടുതൽ നന്നായി മനസ്സിലാക്കിയേക്കാം. ഇപ്പോൾ, പുതിയ നഗരവുമായി പൊരുത്തപ്പെടുന്ന ഈ നാളുകളിൽ, എനിക്ക് വേണ്ടത് അവൻ്റെ സൗഹൃദം മാത്രമാണ് . എനിക്ക് ആ സങ്കീർണ്ണമല്ലാത്ത സൗഹൃദം നൽകിയാൽ, എൻ്റെ ലോകം ഏകാന്തമാകില്ല. എനിക്ക് വേണ്ടത് അവൻ്റെ സൗഹൃദം മാത്രമാണ്.

"അവർ കുറച്ചുനേരം ഗാലറിയിൽ കറങ്ങി, പക്ഷേ വിളക്കുമാടത്തിൻ്റെ വിളി അവരെ രണ്ടുപേരെയും പ്രലോഭിപ്പിച്ചു. വിളക്കുമാടത്തിലേക്കുള്ള വഴി അവൾക്ക് അപരിചിതമായിരുന്നു, എന്നാൽ അവനെ സംബന്ധിച്ചിടത്തോളം അത് അവൻ എണ്ണമറ്റ തവണ നടന്നിട്ടുള്ള ഒന്നായിരുന്നു. പക്ഷെ ഇന്ന് അത് തനിക്ക് വ്യത്യസ്തമായി തോന്നി എന്ന് അവൻ പറഞ്ഞു . സൂര്യൻ ആകാശത്ത് താഴ്ന്നതായി തോന്നി, പാറക്കെട്ടിന് കുറുകെ നീളമുള്ള മനോഹരമായ നിഴലുകൾ വീശുന്നു, വായു പൈൻ, ഉപ്പുവെള്ളം എന്നിവയുടെ ഗന്ധം കൊണ്ട് കട്ടിയുള്ളതായിരുന്നു.

മുകളിൽ, വിളക്കുമാടം ഉയർന്നുനിന്നു, വിശാലമായ കടലിന്മേൽ നിശബ്ദ കാവൽക്കാരനായി. ടവർ വെളുത്തതായിരുന്നു, അതിൻറെ മധ്യഭാഗത്ത് ചുറ്റും ഒരു ചുവന്ന ബാൻഡ് ഉണ്ടായിരുന്നു, അതിൻറെ ലെൻസ് ഓരോ സെക്കൻഡിലും മിന്നുന്നു. അവൾ റെയിലിംഗിലേക്ക് ചാഞ്ഞു, അവളുടെ നോട്ടം ചക്രവാളത്തിലേക്ക്. നീലയും ചാരനിറവും കലർന്ന മനോഹരമായ ഒരു മിശ്രിതത്തിൽ കടൽ ആകാശത്തെ കണ്ടുമുട്ടി.

സ്കോർപ്പിയോ അവളുടെ അരികിൽ നിന്നു, അടുത്ത് പക്ഷേ തൊടാതെ. അവർ രണ്ടുപേരും എന്തിനോ വേണ്ടി കാത്തിരിക്കുന്നതുപോലെ, ഒരുപക്ഷേ ഒരു വാക്കിന് വേണ്ടി, അല്ലെങ്കിൽ ആ നിമിഷത്തിൻറെ നിശ്ചലതയ്ക്കായി.

അവർ കുറച്ചു നേരം അവിടെ നിന്നു, താഴെയുള്ള തിരമാലകളുടെ മൃദുവായ ശബ്ദങ്ങളും ഇടയ്ക്കിടെ ഒരു കടൽക്കാക്കയുടെ വിളികളും മാത്രം. ഈ നഗരത്തിലെ അവരുടെ ജീവിതത്തിൻറെ ലാളിത്യം, ശാന്തമായ ദിവസങ്ങൾ, വേലിയേറ്റത്തിൻറെ സ്ഥിരതയുള്ള താളം, പരിചിതമായ മുഖങ്ങൾ എന്നിവയെക്കുറിച്ച് അവൾ ചിന്തിച്ചു. ഇത് അധികമായിരുന്നില്ല, പക്ഷേ എല്ലാം ആയിരുന്നു.

നമ്മൾ എപ്പോഴെങ്കിലും പോകുമെന്ന് നീ കരുതുന്നുണ്ടോ? " അവൾ പെട്ടെന്ന് ചോദിച്ചു, അവളുടെ ശബ്ദം കാറ്റിന് മുകളിൽ മന്ത്രിച്ചു. സ്കോർപിയോയുടെ നോട്ടം അവളിലേക്ക് മാറി, അവൻ്റെ ഭാവം ശാന്തമായി. "എനിക്കറിയില്ല," അവൻ പറഞ്ഞു, അവൻ്റെ ശബ്ദം താഴ്ന്നതും എന്നാൽ സ്ഥിരതയുള്ളതുമാണ്. "ഒരുപക്ഷേ അത് വിട്ടുപോകുന്നതിനെക്കുറിച്ചല്ല. ഒരുപക്ഷേ അത് നിൻ്റെ കൂടെ കൊണ്ടുപോകാൻ കഴിയുന്ന എന്തെങ്കിലും കണ്ടെത്തുന്നതിനെക്കുറിച്ചായിരിക്കാം.

അവൾ അവൻ്റെ കണ്ണുകൾക്ക് നേരെ തിരിഞ്ഞു. അവിടെ ഒരു ആഴം ഉണ്ടായിരുന്നു, പട്ടണത്തിൻ്റെ ശാന്തമായ, തിരക്കില്ലാത്ത ഗതിയിൽ വർഷങ്ങളോളം ചെലവഴിച്ച ഒരാൾക്ക് മാത്രമേ ഉണ്ടാകൂ. അവർ രണ്ടുപേരും ഈ നഗരത്തിൽ നിലയുറപ്പിച്ചു. പക്ഷേ, അവർ ഗ്രാമത്തിൻ്റെ വലിവിനും അപ്പുറത്തുള്ള ലോകത്തിൻ്റെ വിശാലതയ്ക്കും ഇടയിൽ അകപ്പെട്ടു.

"എനിക്ക് ഇവിടെ എന്നേക്കും താമസിക്കാൻ കഴിയുമെന്ന് ഞാൻ കരുതുന്നു," അവൾ മൃദുവായി പറഞ്ഞു. സ്കോർപ്പിയോ ആ വാക്കുകൾ പ്രതീക്ഷിച്ചിരുന്നതുപോലെ തലയാട്ടി. ഓറഞ്ചും ധൂമ്രവർണ്ണവും കൊണ്ട് ആകാശം വരച്ച സൂര്യാസ്തമയം നോക്കി അവർ നിശബ്ദരായി ഒരുമിച്ചു നിന്നു.

വൈകുന്നേരമായപ്പോൾ, അവർ ഗ്രാമത്തിലേക്ക് തിരിച്ചുപോയി, അവരുടെ കാൽപ്പടുകൾ മൃദുവായ ഭൂമിയാൽ നിശബ്ദമായി.

ഉരുളൻകല്ലുകൾക്ക് മീതെ ഊഷ്മളമായ പ്രകാശം പരത്തി തെരുവുവിളക്കുകൾ മിന്നിമറഞ്ഞു. അവർക്ക് വിശക്കുന്നു, പ്രാദേശിക ഡൈനറിൽ നിന്ന് എന്തെങ്കിലും കഴിക്കാൻ സ്കോർപിയോ നിർദ്ദേശിച്ചു. ലളിതവും എന്നാൽ തൃപ്തികരവുമായ ഭക്ഷണത്തിന് പേരുകേട്ട ഒരു ചെറിയ, സുഖപ്രദമായ സ്ഥലം.

ഉള്ളിൽ ഫ്രഷായി ചുട്ടുപഴുത്ത അപ്പത്തിൻ്റെയും ചുട്ടുപഴുത്ത മീനിൻ്റെയും മണം അന്തരീക്ഷത്തിൽ നിറഞ്ഞു. സ്കോർപിയോ അവൾക്കായി ഒരു പാത്രത്തിൽ മുത്തുച്ചിപ്പി ചൗഡർ സൂപ്പും ചൂടുള്ള റൊട്ടിയും ഓർഡർ ചെയ്തു, തനിക്കായി അവൻ ഉരുളക്കിഴങ്ങിൻ്റെ ഒരു വിഭവത്തിനൊപ്പം വറുത്ത കോഡ് ഒരു പ്ലേറ്റ് തിരഞ്ഞെടുത്തു. അവർ തണുത്ത, പ്രാദേശിക ബിയർ കുടിച്ചു, സംഭാഷണം ലൗകികവും അർത്ഥവത്തായതും തമ്മിൽ ഒഴുകി. ഭക്ഷണം ഫാൻസി ഒന്നുമായിരുന്നില്ല, വീട്ടിലെപ്പോലെ രുചിയുള്ള ലളിതമായ ഭക്ഷണം മാത്രം.

ചുറ്റുപാടുമുള്ള പരിചിതമായ ചുറ്റുപാടുകളുടെ സുഖം അനുഭവിച്ചുകൊണ്ട് ഓരോ കടികളും ആസ്വദിച്ചുകൊണ്ട് അവൾ പുഞ്ചിരിച്ചു. ഒരു പാത്രത്തിൽ ചോക്ലേറ്റ് ഐസ്ക്രീം കഴിച്ച് അവർ ലളിതമായ ഭക്ഷണം അവസാനിപ്പിച്ചു. വീട്ടിലേക്ക് കൊണ്ടുപോകാൻ അവൾ ഒരു അധിക പായ്ക്ക് ഓർഡർ ചെയ്തു. എപ്പോഴെങ്കിലും അവളുടെ മുൻകാല ചിന്തകൾ മടങ്ങിയെത്തി അവളെ ദുരിതത്തിലാക്കിയാൽ അവൾക്ക് അതിൽ മുഴുകിയേക്കാം.

രാത്രി ശാന്തമായിരുന്നു, അവർ ഡൈനറിൽ നിന്ന് ഇറങ്ങുമ്പോൾ, അവർക്ക് മുകളിലുള്ള നക്ഷത്രങ്ങൾ ഗ്രാമത്തിൻ്റെ സമാധാനം പ്രതിധ്വനിക്കുന്നതായി തോന്നി. സ്കോർപിയോ ഇപ്പോൾ അവളുടെ അരികിലായതിനാൽ, അവൾക്ക് ആവശ്യമുള്ളതെല്ലാം ഉണ്ടെന്ന് അവൾക്ക് തോന്നി. ഈ സ്ഥലം, ഈ നിമിഷം, അവർ തമ്മിലുള്ള ബന്ധം. അവൾക്ക് അത് മതിയായിരുന്നു

അധ്യായം 8

ശാന്തമായ മത്സ്യബന്ധന നഗരത്തിലെ ഒരു ദിവസം

ആഴ്ച ഇഴഞ്ഞു നീങ്ങി. വൈകുന്നേരങ്ങളിൽ പെട്ടെന്ന് ഒരു കാപ്പി കുടിക്കാൻ എൻ്റെ സുഹൃത്ത് സ്കോർപിയോയെ കാണുന്നതിൽ മാത്രം എൻ്റെ ജോലി എന്നെ തിരക്കിലാക്കി. പുതിയ ഓഫീസ് ബാക്ക്ലോഗുകൾ കണ്ടെത്താനും പൂർത്തിയാക്കാനും . വീട്ടിൽ കൂടുതൽ ജോലി. പിന്നെ നന്ദിയോടെ വീക്കെൻഡ് എത്തി. ഒഴിവുസമയങ്ങൾക്കൊപ്പം, രാത്രികളിലും എൻ്റെ ഉള്ളിൽ തണുത്തുറഞ്ഞ പ്രണയത്തെക്കുറിച്ചുള്ള ഭയാനകമായ ചിന്തകളും വന്നു.

നഗരം മന്ദഗതിയിലാണെന്ന് തോന്നിയ അപൂർവ
ദിവസങ്ങളിലൊന്നായിരുന്നു അത്, പാറകളിൽ വേലിയേറ്റത്തിൻ്റെ
താളാത്മകമായ ശബ്ദം ലോകം എങ്ങനെ
നിശ്ചലമാകുമെന്നതിൻ്റെ മൃദുവായ ഓർമ്മപ്പെടുത്തൽ. ഞങ്ങൾ
രണ്ടുപേരും ജോലി ചെയ്തിരുന്ന ശാന്തമായ മത്സ്യബന്ധന
പട്ടണത്തിന് അതിൻ്റേതായ മനോഹാരിത ഉണ്ടായിരുന്നു,
എന്നാൽ ഇന്ന് അത് പതിവിലും കൂടുതൽ ശാന്തമായിരുന്നു.
അവനും ഞാനും ഒരു സിംപിൾ ഔട്ടിംഗ് പ്ലാൻ ചെയ്തിരുന്നു,
ജോലിയില്ല, തിരക്കില്ല, നാട്ടിൻപുറങ്ങളിലെ സമാധാനത്തിൽ
ചിലവഴിക്കാനുള്ള ഒരു ദിവസമാണിത്.

കടവിനടുത്തുള്ള ചെറിയ സൈക്കിൾ റെൻ്റൽ ഷോപ്പിന് പുറത്ത്
ഞാൻ സ്കോർപിയോയെ കണ്ടു. വായു ശാന്തവും ഉപ്പിൻ്റെ ഒരു
സൂചനയും വഹിച്ചു. എല്ലാ കടൽത്തീര പട്ടണങ്ങളും
വെള്ളത്തിനടുത്ത് ഇതുപോലെ മണക്കുന്നു. അവൻ പതിവുപോലെ
സാധാരണ വസ്ത്രം ധരിച്ചിരുന്നു. അവൻ ഒരു നേവി ബ്ലൂ ടീ-ഷർട്ട്
ധരിച്ചിരുന്നു, അതിൻ്റെ ഫാബ്രിക് സമയവും സൂര്യനും
മയപ്പെടുത്തി, കാൽമുട്ടിന് മുകളിൽ നീളമുള്ള കാക്കി
ഷോർട്സുമായി ജോടിയാക്കി. എണ്ണമറ്റ നടത്തങ്ങളിൽ നിന്നുള്ള
അവൻ്റെ പഴയ സ്നീക്കറുകൾ. അത് അവൻ്റെ
വസ്ത്രത്തിൻ്റെ അയഞ്ഞ വൈബ് കൂട്ടി. അവൻ്റെ
സൺഗ്ലാസുകൾ അവൻ്റെ തലയിൽ ഉയർന്നു ഇരുന്നു, സൂര്യൻ
ഉച്ചകഴിഞ്ഞ് കയറാൻ തുടങ്ങുന്നു. ആ ഷേഡുകൾ അവൻ്റെ
മുഖത്ത് സ്ഥിരമായ ഒരു ഘടകമായിരുന്നു. വെളിച്ചം തടയാൻ അവൻ
അവ ഉപയോഗിക്കാതിരുന്നപ്പോഴും.

ഞാനും ഒരുപോലെ കാഷ്വൽ എന്തോ ധരിച്ചിരുന്നു. മൃദുവായ ചാരനിറത്തിലുള്ള ഒരു ഹുഡി, അൽപ്പം വലിപ്പം കൂടിയ, പ്രായം കാണിക്കാൻ തുടങ്ങിയ ഒരു ജോടി ലൈറ്റ് ഡെനിം ജീൻസ്. സൂര്യൻ ഇതിനകം ചൂടായിരുന്നു, അതിനാൽ ഞാൻ എന്റെ പ്രിയപ്പെട്ട സ്നീക്കറുകൾ ധരിച്ചു. നടക്കാനോ സൈക്കിൾ ചവിട്ടാനോ അത് സുഖകരവും എളുപ്പവുമായിരിക്കും, അത് അന്നത്തെ പ്ലാൻ ആയിരുന്നു.

സൗഹൃദാഭിവാദ്യങ്ങളുടെ പെട്ടെന്നുള്ള കൈമാറ്റത്തിന് ശേഷം ഞങ്ങൾ ചെറിയ കടയിൽ നിന്ന് സൈക്കിളുകൾ വാടകയ്ക്ക് എടുത്തു. ബൈക്കുകളുടെ താക്കോൽ ഞങ്ങൾക്ക് നൽകുമ്പോൾ സുഹൃത്തായ ഉടമ ചിരിച്ചു. നഗരവാസികൾ ജോലി ചെയ്യുമ്പോഴും അവർ ചാറ്റ് ചെയ്യാൻ എത്രമാത്രം ഇഷ്ടപ്പെടുന്നു എന്നത് എനിക്ക് എപ്പോഴും രസകരമായിരുന്നു. കടയുടമയും അങ്ങനെ തന്നെയായിരുന്നു. പട്ടണത്തിലൂടെയുള്ള മികച്ച റൂട്ടുകളെക്കുറിച്ചും ശാന്തമായ പാതകളെക്കുറിച്ചും അവൾ ഞങ്ങൾക്ക് ഉപദേശം നൽകി. ഈ നുറുങ്ങുകൾ ഞങ്ങൾ എപ്പോഴും സ്വാഗതം ചെയ്യുന്നു.

ഞങ്ങൾ സൈക്കിളിൽ ഇരുന്നു, പട്ടണം അതിന്റെ മെല്ലെ നീങ്ങുന്ന വേഗതയിൽ സ്വയം വെളിപ്പെടുത്തി. കരയിലൂടെയുള്ള പാത സൈക്കിൾ സവാരിക്ക് അനുയോജ്യമാണ്, സമുദ്രത്തിന്റെ ശബ്ദം ഞങ്ങളുടെ സവാരിക്ക് ഏതാണ്ട് ധ്യാനാത്മകമായ സംഗീത സൗണ്ട് ട്രാക്ക് സൃഷ്ടിക്കുന്നു. സ്കോർപിയോയും ഞാനും മാറിമാറി ലീഡ് എടുത്തു, ഞങ്ങളിൽ ഒരാൾ മുന്നോട്ട് ഓടാൻ

ശ്രമിക്കുമ്പോഴെല്ലാം ചിരിച്ചു. പിന്നെ മറ്റേയാളാൽ പിടിക്കപ്പെടും. അത് എളുപ്പമുള്ള സൗഹൃദമായിരുന്നു, ഒരാളെ നന്നായി അറിയുന്നതിൽ നിന്ന് ലഭിക്കുന്ന എളുപ്പമുള്ള സൗഹൃദം. ഏകാന്തമായ സ്ഥലങ്ങളിൽ പോലും.

ഞങ്ങളുടെ ലക്ഷ്യം പട്ടണത്തിന് പുറത്തുള്ള ഒരു ചെറിയ കോവായിരുന്നു, പ്രദേശവാസികൾ പലപ്പോഴും പിക്നിക്കുകൾക്കായി ഉപയോഗിച്ചിരുന്ന ഒരു ഒറ്റപ്പെട്ട സ്ഥലം. ഞങ്ങൾ അടുത്തെത്തിയപ്പോൾ, കടൽത്തീരത്തിൻ്റെ മൃദുവായ വളവ്, കാൽപ്പാടുകളാൽ സ്പർശിക്കുന്ന സ്വർണ്ണ മണൽ ഞങ്ങൾ കണ്ടു. ഞങ്ങൾ സൈക്കിളുകൾ ഇറക്കി . ഉയരമുള്ള, മന്ത്രിക്കുന്ന മരങ്ങൾ, അവയുടെ ഇലകൾ കാറ്റിൽ മെല്ലെ ആടിയുലയുന്ന തണലുള്ള ഒരു സ്ഥലത്തേക്ക്.

സ്കോർപിയോ നേരത്തെ പായ്ക്ക് ചെയ്ത ഒരു പുതപ്പ് ഞങ്ങൾ വിരിച്ചു, അതിൻ്റെ ലാളിത്യത്തിന് അവൾ നന്ദിയുള്ളവളായിരുന്നു. ബഹളമില്ല, അത്യാവശ്യം മാത്രം: സാൻഡ്വിച്ചുകൾ, പഴങ്ങൾ, ഒരു കുപ്പി ശീതീകരിച്ച വൈറ്റ് വൈൻ. സ്കോർപിയോ സ്വയം ലഘുഭക്ഷണം തയ്യാറാക്കിയിരുന്നു, ഇത്തവണ അദ്ദേഹം തന്നെ സാൻഡിച്ചുകൾ ഉണ്ടാക്കി, മൃദുവായ ബ്രെഡിൻ്റെ കട്ടിയുള്ള കഷ്ണങ്ങൾ, ഫ്രഷ് ട്യൂണ, ചീര എന്നിവ. വേനല് ക്കാലത്തെ രുചിയുള്ള ഒരു രഹസ്യ സോസും. ഓരോ കടിയും അവൾ ആസ്വദിച്ചു, കടലിൻ്റെ ഉപ്പും അപ്പത്തിൻ്റെയും ട്യൂണയുടെയും രുചിയിൽ കലർന്നതുപോലെ തോന്നി.

"മോശമല്ല, അല്ലേ?" സ്കോർപ്പിയോ തൻറെ കൈമുട്ടിൽ ചാരി കരയിൽ പതിയെ പതിക്കുന്ന തിരമാലകളെ നോക്കി ചോദിച്ചു. ഞാൻ ചിരിച്ചു. "എല്ലാ വാരാന്ത്യത്തിലും ഉച്ചഭക്ഷണം കഴിക്കാനുള്ള നിങ്ങളുടെ ഓഫറിൽ ഞാൻ നിങ്ങളെ ഏറ്റെടുക്കേണ്ടിവരുമെന്ന്കരുതുന്നു." അവൻ സ്വയം സന്തോഷത്തോടെ ചിരിച്ചു. "ഞാൻ അത് ഒരു അഭിനന്ദനമായി എടുക്കും."

ഞങ്ങൾ ഉച്ചതിരിഞ്ഞ് സൂര്യനു കീഴിലുള്ള എല്ലാ കാര്യങ്ങളെക്കുറിച്ചും സംസാരിച്ചു. ഒന്നുമില്ലെന്ന മട്ടിൽ, വേലിയേറ്റം പോലെ അനായാസമായി സംഭാഷണം ഒഴുകുന്നു. പട്ടണത്തിൽ ഞങ്ങൾ ചെയ്യുന്ന ജോലിയിൽ ഞങ്ങളുടെ ജീവിതം വളരെ ഇഴചേർന്നിരുന്നു. ഈ നിമിഷങ്ങളിൽ ലയിക്കുന്നത് സ്വാഭാവികമാണെന്ന് തോന്നി. വാക്കുകളെ പോലെ തന്നെ വാക്കുകൾക്കിടയിലെ വിടവുകളും ആസ്വദിക്കുന്നു.

ഉച്ചഭക്ഷണത്തിന് ശേഷം, ഞങ്ങൾ കടൽത്തീരത്ത് കുറച്ച് നടന്നു, ഷൂസ് വെള്ളത്തിൽ നിന്ന് അകറ്റിനിർത്തി. ഞങ്ങളുടെ കാലുകൾക്ക് താഴെ മണൽ മൃദുവായിരുന്നു, ഇടയ്ക്കിടെ ഞങ്ങളുടെ കണങ്കാലിലേക്ക് തണുത്ത വെള്ളം തെറിക്കുന്നത് ഒരു ചെറിയ സാഹസികത പോലെ തോന്നി. ഞങ്ങൾ സംഭാഷണം ലഘുവാക്കി, ജോലിയിൽ നിന്നുള്ള കഥകൾ പങ്കിടുകയും ഞങ്ങളുടെ വിവിധ സാഹസങ്ങളെക്കുറിച്ച് പരസ്പരം കളിയാക്കുകയും ചെയ്തു.

ഞങ്ങൾ ഇതുവരെ പര്യവേക്ഷണം ചെയ്തിട്ടില്ലാത്ത സൈക്ലിംഗ് റൂട്ടുകളെക്കുറിച്ചും നഗരത്തിലെ ഭക്ഷണം കഴിക്കാനുള്ള ഏറ്റവും നല്ല സ്ഥലങ്ങളെക്കുറിച്ചും ഞങ്ങൾ സംസാരിച്ചു, തിരക്കുള്ള വർക്ക് വീക്കിൽ ഒരിക്കലും ചർച്ച ചെയ്യാൻ ഞങ്ങൾക്ക് സമയമില്ലാത്ത കാര്യങ്ങൾ മനസ്സിലാക്കി.

ദിവസം നീണ്ടുകിടക്കുമ്പോൾ, ഞങ്ങൾ സൈക്കിളിൽ ടൗണിലേക്ക് മടങ്ങി, ഉച്ചകഴിഞ്ഞ് വെളിച്ചം , കല്ലുകൾ പാകിയ തെരുവുകളിൽ നീണ്ട നിഴലുകൾ വീഴ്ത്തി. കടവിനടുത്തുള്ള ഒരു ചെറിയ സീഫുഡ് റെസ്റ്റോറൻ്റിൽ ഞങ്ങൾ അത്താഴം കഴിച്ചു. ഊഷ്മളമായ ലൈറ്റിംഗും ചുട്ടുപഴുത്ത മത്സ്യത്തിൻ്റെ സമൃദ്ധമായ സൌരഭ്യവും കൊണ്ട് അന്തരീക്ഷം നിറഞ്ഞതായിരുന്നു ആ സ്ഥലം. അന്നത്തെ ക്യാച്ച് ഞങ്ങൾ ഓർഡർ ചെയ്തു. ഓരോ വിഭവവും പച്ചക്കറികൾ, തുളസി, നാരങ്ങ പിഴിഞ്ഞത് എന്നിവ ഉപയോഗിച്ച് വിദഗ്ധമായി തയ്യാറാക്കിയതാണ്.

വൈകുന്നേരമായി, ഞങ്ങൾ സാവധാനം ഭക്ഷണം കഴിച്ചു, ഭക്ഷണവും ചുറ്റുമുള്ള നിശബ്ദതയും ആസ്വദിച്ചു. ലോകത്തിൻ്റെ അരാജകത്വത്തിൽ നിന്ന് വളരെ അകലെ, ഈ ചെറിയ മത്സ്യബന്ധന പട്ടണത്തിൽ ആയിരിക്കുന്നതിൽ ആഴമായ സംതൃപ്തിയുണ്ട്. അന്നത്തെ ലാളിത്യം, ബൈക്കുകൾ മുതൽ പിക്നിക് വരെ, ശാന്തമായ അത്താഴം വരെ, എല്ലാം എൻ്റെ ജീവിതത്തിന് അനുയോജ്യമാണെന്ന് തോന്നി.

ഒടുവിൽ സൂര്യൻ ചക്രവാളത്തിന് താഴെയായി മുങ്ങിയപ്പോൾ, ഞങ്ങൾ ബില്ല് അടച്ച് ഞങ്ങളുടെ അപ്പാർട്ടുമെൻറുകൾ സ്ഥിതിചെയ്യുന്ന പട്ടണത്തിൻറെ ശാന്തമായ ഭാഗത്തേക്ക് തിരിച്ചു നടന്നു. കുന്നുകളുടെ സിൽഹൗട്ടിന് പിന്നിൽ പ്രകാശത്തിൻറെ അവസാന അവശിഷ്ടങ്ങൾ അപ്രത്യക്ഷമാകുന്ന സമാധാനപരമായ നടത്തമായിരുന്നു അത്. ഞാനും അവനും സുഖകരമായ ഒരു നിശബ്ദതയിലേക്ക് വീണു, ഒരു ദിവസം നന്നായി ചെലവഴിച്ചതിന് ശേഷം മാത്രം സംഭവിക്കുന്ന നിശബ്ദത.

ഞങ്ങൾ എൻറെ തെരുവിൻറെ മൂലയിൽ എത്തിയപ്പോൾ, സ്കോർപ്പിയോ ഒരു പുഞ്ചിരിയോടെ എൻറെ നേരെ തിരിഞ്ഞു. "അടുത്ത ആഴ്ച അതേ സമയം?" ദിവസം അവസാനിക്കാൻ ആഗ്രഹിക്കാതെ അവൻ ചോദിച്ചു. പകലിൻറെ ഊഷ്മളത ഇപ്പോഴും എൻറെ അസ്ഥികളിൽ തങ്ങിനിൽക്കുന്നത് അനുഭവിച്ച് ഞാൻ പുഞ്ചിരിച്ചു. "അതിനുള്ള ഉത്തരം നിങ്ങൾക്കറിയാം "

അതോടെ ഞങ്ങൾ പിരിഞ്ഞു, ഞങ്ങൾ രണ്ടുപേരും തൃപ്തരായി, ഞങ്ങളുടെ സൗഹൃദവും ഈ ശാന്തമായ മത്സ്യബന്ധന നഗരവും എപ്പോഴും ഉണ്ടാകും എന്നറിഞ്ഞു, അടുത്ത സാഹസികതയ്ക്കായി കാത്തിരിക്കുന്നു. വീട്ടിൽ പ്രതീക്ഷിച്ചതുപോലെ ഏകാന്തതയും നഷ്ടബോധവും പിന്നെയും കടന്നു വന്നു . ഒരു സുഹൃത്തെന്ന നിലയിൽ അവൾ സ്കോർപിയോയോട് നന്ദിയുള്ളവളായിരുന്നു, അവനെക്കുറിച്ച് പ്രണയപരമായി ചിന്തിക്കുന്നത് ഇപ്പോൾ സാധ്യമല്ല. അവൾ അവനെ കണ്ടുമുട്ടാൻ ഭാഗ്യമുള്ളവളായിരുന്നു, അവൻ എനിക്കും ആ മതിപ്പ് നൽകി.

എന്നിരുന്നാലും, നമ്മുടെ ശരീരം ഭരിക്കുന്നത് ജീവശാസ്ത്രമാണ്. എന്റെ ഒഴിവുസമയമായ രാത്രി ദിനചര്യകൾക്കായി ഞാൻ ഷവറിൽ പ്രവേശിച്ചു. ഞാൻ മൃദുവായ ഷീറ്റുകളിൽ കിടന്നുറങ്ങുമ്പോൾ, ഞാൻ എന്റെ കളിപ്പാട്ടത്തിന്റെ സേവനം തേടി. എന്റെ ശരീരത്തിന് ചൂട് തോന്നി. എന്റെ മുലകൾ മൃദുവായി നിവർന്നു നിൽക്കുന്നതായി തോന്നി. എന്റെ ശരീരം എന്നെത്തന്നെ വഞ്ചിച്ചതാണ്. ഞാൻ എന്തിനാണ് ഇപ്പോൾ അവനെക്കുറിച്ച് ചിന്തിക്കുന്നത്. എന്റെ സുതാര്യമായ നൈറ്റി പിരിഞ്ഞു. എന്റെ കളിപ്പാട്ടം സുഗമമായി കടന്നുപോയി. ഉരുകിയ വെണ്ണയിൽ പ്രവേശിക്കുന്നത് പോലെ. എന്റെ ശ്വാസം വേഗത്തിലായി. അവന്റെ കണ്ണുകൾ. അവന്റെ മണം. അവന്റെ പുക. ഞാനത് എപ്പോഴെങ്കിലും മറക്കുമോ? അവൻ എന്റെ ശരീരവും എന്റെ മണവും മറക്കുമോ?

വിരോധാഭാസമെന്നു പറയട്ടെ, ഓരോ തവണയും ഞാൻ അത് ഉപയോഗിക്കുകയും അവസാനം അടുക്കുകയും ചെയ്യുമ്പോൾ, എന്റെ ശരീരം തൃപ്തിപ്പെടുത്തുമ്പോൾ, എന്റെ മനസ്സിൽ പ്രത്യക്ഷപ്പെട്ട മുഖം എല്ലായ്പ്പോഴും എന്റെ മുൻ കാമുകനായിരുന്നു. ഇത് സാധാരണമാണെന്നും ശരീരത്തിന് രസതന്ത്രം തിരുത്തിയെഴുതാനും പരിചിതമായ ഫെറോമോണുകളുമായുള്ള ബന്ധം മാറ്റിയെഴുതാനും സമയമെടുക്കുമെന്ന് ഞാൻ ഊഹിക്കുന്നു. ഞാൻ എന്റെ ശരീരത്തെ കുറ്റപ്പെടുത്തുന്നില്ല. ഞാൻ എന്നെത്തന്നെ കുറ്റപ്പെടുത്തുകയില്ല

എന്റെ കണ്ണുകൾ അടയുന്നു . എന്റെ ശ്വാസം മന്ദഗതിയിലായപ്പോൾ..."ചക്കരേ നീ എവിടെയാണ്" എന്ന അവന്റെ ശബ്ദം കേട്ട് ഞാൻ ഞെട്ടി ഉണർന്നു. അത്രയും വ്യക്തതയോടെ ഈ ശബ്ദം എന്റെ ആത്മാവിലേക്ക് കടന്നുവന്നു, അത് എന്നെ ഭയപ്പെടുത്തി. അവൻ എന്നെ എല്ലായിടത്തും തിരയുകയാണോ? അത് സാധ്യമാണ്. അതോ എല്ലാം ഉണ്ടായിട്ടും എന്റെ ആത്മാവ് അവനെ അന്വേഷിക്കുകയാണോ? അറിയാതെ കണ്ണുനീർ വീണു. അത് വീഴട്ടെ. അത് നനയട്ടെ. അത് അവസാനിക്കട്ടെ.

അധ്യായം 9

ഈ നഗരത്തിൽ നിന്നുള്ള മറവിയുടെ സമ്മാനം

എന്റെ ചെറിയ തീരദേശ അപ്പാർട്ട്മെന്റിന്റെ സൺഡെക്കിൽ നിന്ന് മൃദുവായ ചുറ്റികയുടെ ശബ്ദം പ്രതിധ്വനിച്ചു. ചുറ്റിക മാറ്റിവെച്ച് സ്കോർപ്പിയോ നെറ്റി തുടച്ചു. അവന്റെ കരി ചാരനിറത്തിലുള്ള ടീ

ഷർട്ട് പൊടിയിൽ മൂടിയിരുന്നു. അവൻറെ ഒലിവ്-പച്ച കാർഗോ പാൻറുകളിൽ വുഡ് പോളിഷിൻറെ മങ്ങിയ പാടുകൾ ഉണ്ടായിരുന്നു.

അവൻ വളരെ സുന്ദരനായി കാണപ്പെട്ടു. വീടിന് ചുറ്റും ഇത്തരം ജോലികൾ ചെയ്യുമ്പോൾ പുരുഷന്മാരെ ആകർഷകമാക്കുന്നത് എന്താണ്? അതെ, അവർ കാഷ്വൽ ഡെനിം വസ്ത്രമാണ് ധരിച്ചിരിക്കുന്നതെങ്കിൽ തീർച്ചയായും. ഇടുങ്ങിയ സ്ഥലത്ത് സ്വർണ്ണ വെളിച്ചം വീശിക്കൊണ്ട് മധ്യ പ്രഭാത സൂര്യൻ ആകാശത്തേക്ക് ഉയർന്നു.

അവൻ തൻറെ ജോലിയെ അഭിനന്ദിക്കുന്നതായി തോന്നി. എൻറെ അപ്പാർട്ട്മെൻറിൻറെ നോട്ടിക്കൽ തീമുമായി തികച്ചും പൊരുത്തപ്പെടുന്ന, ക്രീമിൻറെയും ആകാശനീലയുടെയും ഷേഡുകളിൽ ചായം പൂശിയ ഒതുക്കമുള്ളതും ഉറപ്പുള്ളതുമായ ഒരു ഡോഗ് ഹൗസ്. തീരദേശത്തെ മഴയെ പ്രതിരോധിക്കാൻ മേൽക്കൂര ചരിഞ്ഞു. എൻട്രിക്ക് മുകളിലായി ഒരു ചെറിയ ബോർഡ് "സണ്ണിയുടെ ഹാവൻ" എന്ന് എഴുതിയിരിക്കുന്നു, മനോഹരമായ കൈയക്ഷരത്തിൽ കൈകൊണ്ട് വരച്ചിരിക്കുന്നു. അപ്പോൾ അവൻ സംതൃപ്തനായി സ്വയം പുഞ്ചിരിച്ചു.

സ്കോർപിയോ എൻറെ ഭാവി നായ്ക്കുട്ടിക്കായി ഒരു നായ വീട് പണിയുകയായിരുന്നു. ജീവിതത്തിൻറെ സാധാരണ

ജീവിതത്തിലേക്ക് തിരിച്ചുവരാൻ ഒരു നായ്ക്കുട്ടിയെ വളർത്തുന്നത് നല്ല ആശയമാണെന്ന് അദ്ദേഹം വിശ്വസിച്ചു

ഉച്ചഭക്ഷണം പാചകം ചെയ്യാൻ അവൾ വീണ്ടും അകത്തേക്ക് പോയി. അവളുടെ സ്പീക്കറിൽ നിന്ന് മൃദുവായ ജാസ് പ്ലേ ചെയ്യുന്നു. അവൾ ഒരു വെളുത്ത കോട്ടൺ മുട്ട് നീളമുള്ള വസ്ത്രം ധരിച്ചു, അവളുടെ മുടി ഒരു പോണി ടെയിലിൽ അയഞ്ഞ നിലയിൽ ബന്ധിച്ചിരിക്കുന്നു. കാപ്രീസ് സാലഡിനായി പഴുത്ത തക്കാളി അരിഞ്ഞുകൊണ്ട് അവളുടെ കൈകൾ ചെറിയ അടുക്കളയിൽ സമർത്ഥമായി പ്രവർത്തിച്ചു. കൗണ്ടറിൽ, ജനലിലൂടെ ഒഴുകുന്ന സൂര്യപ്രകാശത്തിൽ ഒരു കുടം നാരങ്ങ-കുക്കുമ്പർ വെള്ളം തിളങ്ങി. വെളുത്തുള്ളിയുടെയും തുളസിയുടെയും ഗന്ധം വായുവിലൂടെ ഒഴുകി, കടലിൽ നിന്ന് വരുന്ന ഉപ്പിട്ട കാറ്റുമായി ഇടകലർന്നു.

സ്കോർപ്പിയോ സൺഡെക്കിലേക്കുള്ള ഗ്ലാസ് വാതിലിൽ മുട്ടിയപ്പോൾ, ഒരു പാത്രത്തിൽ കൈകൾ തുടച്ചുകൊണ്ട് അവൾ തിരിഞ്ഞു. "എല്ലാം കഴിഞ്ഞോ?" അവൾ ചോദിച്ചു, അവളുടെ ശബ്ദം ആകാംക്ഷയോടെ പ്രകാശിച്ചു. "ഏതാണ്ട്," അയാൾ അകത്തേക്ക് കയറി. "എന്നാൽ നീ ഇപ്പോൾ കാണണം." അവൾ അവനെ അനുഗമിച്ചു പുറത്തേക്ക്. അവളുടെ ചെരിപ്പിൻ്റെ ശബ്ദം തടി തറയിൽ മൃദുവായി പ്രതിധ്വനിച്ചു. അവളുടെ കണ്ണുകൾ ഡോഗ് ഹൗസിൽ പതിച്ചപ്പോൾ അവൾ അമ്പരന്നു. അത് വളരെ മനോഹരമായിരുന്നു.

"സ്കോർപ്പിയോ.." അവൾ തുടങ്ങി, അവളുടെ ശബ്ദം ഇടറി .
"കാത്തിരിക്കൂ. ഇനിയും ഉണ്ട്." ഡോഗ് ഹൗസിൻ്റെ പുറകിൽ
നിന്ന്, അവൻ ഒരു നനുത്ത പുതപ്പ് കൊണ്ട് നിരത്തിയ ഒരു ചെറിയ
വിക്കർ കൊട്ട ഉയർത്തി. അകത്ത് ഒരു ചെറിയ ഡാഷ്ഷണ്ട്
നായ്ക്കുട്ടി ഉണ്ടായിരുന്നു, അതിൻ്റെ ചോക്ലേറ്റ്-തവിട്ട് കണ്ണുകൾ
വിശാലവും കൗതുകകരവുമായിരുന്നു. അതിൻ്റെ ചെറിയ
കാലുകൾ വളരെ സുന്ദരമായിരുന്നു .അവൻ നിൽക്കാൻ ശ്രമിച്ചു .
അവൾ ശ്വാസം മുട്ടി, അവളുടെ കൈകൾ അവളുടെ വായിലേക്ക്
പറന്നു. "അവൻ്റെ പേര് സണ്ണി," സ്കോർപ്പിയോ കൊട്ട താഴെ
വെച്ചു പറഞ്ഞു. "അവൻ നിനക്കുള്ളതാണ് ."

പട്ടിക്കുട്ടിയെ എടുക്കാൻ മുട്ടുകുത്തിയപ്പോൾ അവളുടെ കണ്ണുകൾ
നിറഞ്ഞു. സണ്ണിയുടെ ചൂടുള്ള ചെറിയ ശരീരം അവളുടെ
കൈകളിൽ നന്നായി ഇണങ്ങി, അവൻ്റെ വാൽ ആട്ടി. "എന്ത്
പറയണമെന്ന് എനിക്കറിയില്ല," അവൾ മന്ത്രിച്ചു, നായ്ക്കുട്ടിയുടെ
മൃദുവായ രോമങ്ങളിൽ മുഖം പൂഴ്ത്തി. "ഒന്നും പറയേണ്ടതില്ല,
സ്കോർപിയോ മറുപടി പറഞ്ഞു, അവൻ്റെ ശബ്ദം സൗമ്യമാണ്.

"ഞാൻ വിചാരിച്ചു... ഒരുപക്ഷേ ഈ നായ്ക്കുട്ടി നിങ്ങളെ കൂടുതൽ
സന്തോഷിപ്പിക്കാൻ സഹായിക്കും. നിനക്ക് നിന്നെപ്പോലെ വീണ്ടും
ജീവിക്കാം." അവൾ അവനെ നോക്കി, അവളുടെ ഭാവത്തിൽ
അപ്പോഴും നന്ദിയും അവിശ്വാസവും കലർന്നിരുന്നു. "നിങ്ങൾ ഇത്
ചെയ്യേണ്ടതില്ല." "എനിക്കറിയാം," അവൻ ലളിതമായി പറഞ്ഞു,
അവൻ്റെ ചുണ്ടിൽ ഒരു മൃദുവായ പുഞ്ചിരി. "എന്നാൽ ഞാൻ
ആഗ്രഹിച്ചു."

സണ്ണിയെ അവൻ്റെ പുതിയ വീട്ടിൽ താമസിപ്പിച്ച ശേഷം അവർ അകത്തേക്ക് പോയി. ഉച്ചഭക്ഷണം കഴിക്കാൻ അവൾ അവനോട് നിർബന്ധിച്ചു, എന്നിരുന്നാലും സ്കോർപ്പിയോ അവൻ പലപ്പോഴും ചെയ്തതുപോലെ സഹായിച്ചു. ബ്രെഡ് സ്ലൈസ് ചെയ്യുന്ന ജോലിക്കിടയിൽ അവൾ ഒരു കട്ടിംഗ് ബോർഡും ഒരു കെട്ട് സ്പ്രിംഗ് ഒനിയനും കൊടുത്തു.

"സണ്ണി ഒരു പെർഫെക്റ്റ് പേര്," അവൾ ബ്രെഡിൽ ഒലീവ് ഓയിൽ ഒഴിച്ചു കൊണ്ട് പറഞ്ഞു.എന്തുകൊണ്ടാണ് നിങ്ങൾ അവനെ സണ്ണി എന്ന് വിളിച്ചത്? അവൻ ഇപ്പോൾ ഉള്ളി മുഴുവൻ അരിഞ്ഞത് പാത്രത്തിൽ ഇട്ടു . "അവൻ എനിക്ക് ഒരു സണ്ണിയെപ്പോലെയാണ് തോന്നിയത്. നിങ്ങളുടെ ജീവിതത്തിൽ അൽപ്പം സൂര്യപ്രകാശം ഉപയോഗിക്കാമെന്ന് ഞാൻ കരുതി. അവൻ്റെ വാക്കുകളിൽ അവളുടെ ഹൃദയം ഞെരുങ്ങി നിന്നു. അവൾ ഒന്നും പറഞ്ഞില്ല, പക്ഷേ അവളുടെ പുഞ്ചിരിയും കണ്ണുകളും എല്ലാം പറഞ്ഞു.

അവളുടെ സ്വീകരണമുറിയിലെ ചെറിയ മരമേശയിൽ അവർ ഭക്ഷണം കഴിക്കാൻ ഇരുന്നു, തുറന്ന ജനാലകളിലൂടെ കടൽക്കാക്കകളുടെയും വിദൂര തിരമാലകളുടെയും ശബ്ദം. ഒരു പാത്രത്തിൽ ക്രീം മഷ്റും സൂപ്പിനൊപ്പം ചുവന്ന തക്കാളിയും മൊസറെല്ലയും തുളസിയും ചേർത്ത ബ്രഷെട്ട . ലളിതവും എന്നാൽ തൃപ്തികരവും ആയിരുന്നു ഭക്ഷണം. സ്കോർപിയോ അവർക്ക് ഐസ്ഡ് ഗ്രീൻ ടീ ഗ്ലാസുകൾ ഒഴിച്ചു. പുതിനയിലകൾ മുകളിൽ പൊങ്ങിക്കിടക്കുന്നത് ഉന്മേഷദായകമായ സ്പർശം നൽകുന്നു.

സണ്ണി അവരുടെ പാദങ്ങളിൽ ചുറ്റിപ്പിടിച്ചു, അവൻ്റെ ചെറിയ കാലുകൾ തറയിൽ തട്ടി. ഇടയ്ക്കിടെ അവൾ അവനു ഒരു കഷ്ണം റൊട്ടി കൊടുക്കാൻ ചാഞ്ഞു. അല്ലെങ്കിൽ ചെവിക്ക് പിന്നിൽ ഒരു ലാളന.

"ആഴ്ചകളിൽ ഞാൻ കഴിച്ച ഏറ്റവും മികച്ച ഭക്ഷണമാണിത്," സ്കോർപിയോ തൻ്റെ കസേരയിൽ ചാരി പറഞ്ഞു. "കാരണം നീ അതിൽ പകുതി ഉണ്ടാക്കി," അവൾ പുരികം ഉയർത്തി കളിയാക്കി. അവൻ ചിരിച്ചു, ശബ്ദം ഊഷ്മളവും സന്തോഷവും നിറഞ്ഞതാണ്. "ഫെയർ പോയിൻ്റ്."

പിന്നീട്, സൂര്യൻ ആകാശത്ത് താഴ്ന്നപ്പോൾ,

അവൾ അവളുടെ പ്രിയപ്പെട്ട വിനൈൽ, അവളുടെ പ്രിയപ്പെട്ട ആൽബം പ്ലേ ചെയ്തു. അത് അവളെ എപ്പോഴും വീടിനെക്കുറിച്ച് ചിന്തിക്കാൻ പ്രേരിപ്പിച്ചു. അവൾ കുറച്ച് മെഴുകുതിരികൾ കത്തിച്ചു. സോഫയ്ക്ക് വേണ്ടി ഒരു പഴയ പാച്ച് വർക്ക് പുതപ്പ് പുറത്തെടുത്തു.

സണ്ണിക്ക് കളിക്കാൻ വേണ്ടി ഒരു ചെറിയ പന്ത് എറിഞ്ഞുകൊണ്ട് സ്കോർപ്പിയോ തറയിൽ കാലു കുത്തി ഇരുന്നു. അവൻ അതിരില്ലാത്ത ആവേശത്തോടെ അതിൻ്റെ പിന്നാലെ ഓടി. ഓടുമ്പോൾ അവൻ്റെ കാതുകൾ ഉല്ലാസത്തോടെ ആടിയുലഞ്ഞു.

അവൾ അവരെ നോക്കി, വളരെക്കാലമായി ഇല്ലാത്ത വിധത്തിൽ അവളുടെ ഹൃദയം നിറഞ്ഞു. അവൾ ഈ നഗരത്തിലേക്ക് മാറിയത് മുതൽ സ്കോർപ്പിയോ അവളുടെ അടിസ്ഥാന ശക്തിയായിരുന്നു, തീരദേശ ജീവിതത്തിൻ്റെ അപരിചിതമായ താളങ്ങളിൽ സഞ്ചരിക്കാൻ അവളെ സഹായിക്കുകയും അവളുടെ അവസാന ബന്ധത്തിൽ നിന്ന് കരകയറുമ്പോൾ അവളെ പിന്തുണയ്ക്കുകയും ചെയ്തു. എന്നാൽ ഈ സൗഹൃദപരമായ ആംഗ്യങ്ങൾ , ഇത് മറ്റൊന്നായിരുന്നു.

"നിങ്ങൾ എനിക്ക് വേണ്ടി ഒരുപാട് ചെയ്തു," സുഖകരമായ നിശ്ശബ്ദതയെ ഭഞ്ജിച്ചുകൊണ്ട് അവൾ മൃദുവായി പറഞ്ഞു. സ്കോർപ്പിയോ തലയുയർത്തി നോക്കി, അവൻ്റെ ഭാവം ഒരു നിമിഷം വായിക്കാൻ കഴിഞ്ഞില്ല. "നിങ്ങൾ ശരിക്കും അത് അർഹിക്കുന്നു . പെൺകുട്ടി, ചിലപ്പോൾ നിങ്ങൾക്ക് ഒരു ഓർമ്മപ്പെടുത്തൽ ആവശ്യമാണ്. അവൾ കണ്ണുനീർ തുടച്ചു, അവളുടെ വിരലുകൾ ചായ മഗ്ഗിൻ്റെ അരികിൽ വിശ്രമിച്ചു. "നന്ദി," അവൾ പറഞ്ഞു, അവളുടെ ശബ്ദം ഇടറി . "എല്ലാത്തിനും."

അവൾ ഇന്ന് വികാരഭരിതയായി. . അവൻ അവളെ നോക്കി ഒരു നിമിഷം അവർക്കിടയിലെ അന്തരീക്ഷം മാറുന്നതായി തോന്നി. എന്നാൽ വിജയാഹ്ലാദത്തോടെ പന്ത് തട്ടിയിട്ട് സണ്ണി കുരച്ചു. പിന്നെ ആ നിമിഷം കടന്നുപോയി.

വൈകുന്നേരമായപ്പോൾ, സ്കോർപ്പിയോ പുറപ്പെടാൻ ഒരുങ്ങി. അവൻ വാതിൽക്കൽ നിന്നു, അവൻ്റെ ജാക്കറ്റ് ഒരു തോളിൽ തൂക്കി, അവൾ സണ്ണിയെ അവളുടെ കൈകളിൽ കിടത്തി. "നിങ്ങളെ ബോസ് ചെയ്യാൻ അവനെ അനുവദിക്കരുത്," അവൻ ചിരിച്ചുകൊണ്ട് പറഞ്ഞു. "അവൻ ചെറുതായിരിക്കാം, പക്ഷേ അവന് ഒരു വലിയ വ്യക്തിത്വമുണ്ട്." അവൾ ചിരിച്ചു. "എനിക്ക് അവനെ കൈകാര്യം ചെയ്യാൻ കഴിയുമെന്ന് ഞാൻ കരുതുന്നു.

അവൻ ഒരു നിമിഷം മടിച്ചു, എന്നിട്ട് അവളുടെ മുടിയിൽ മെല്ലെ തലോടി. "നിന്റെ കാര്യത്തിൽ ശ്രദ്ധപുലർത്തുക . നിനക്ക്എന്തെങ്കിലും ആവശ്യമുണ്ടെങ്കിൽ എന്നെ അറിയിക്കുക. "ഞാൻ നിങ്ങളെ അറിയിക്കാം, അവൾ വാഗ്ദാനം ചെയ്തു, അവളുടെ പുഞ്ചിരി യഥാർത്ഥമായിരുന്നു. അവൻ കോണിപ്പടികൾ ഇറങ്ങി രാത്രിയിലേക്ക് നടക്കുമ്പോൾ, അവൾ വാതിൽക്കൽ നിന്നു, അവൻ കാഴ്ചയിൽ നിന്ന് മറയുന്നത് വരെ നോക്കി. അവളുടെ കവിളിൽ നക്കി ചിരിപ്പിച്ചു കൊണ്ട് സണ്ണി അവളുടെ കൈകളിൽ കളിച്ചു.

ആദ്യമായി അവൾക്ക് പ്രതീക്ഷയുടെ തിളക്കം തോന്നി. ഒരുപക്ഷേ, ഈ ചെറിയ ഗ്രാമവും അതിലെ ആളുകളും അവൾക്ക് ആവശ്യമായ ഒരു പുതിയ തുടക്കം ആയിരിക്കാം. ഇതെല്ലാം നമ്മുടെ മനോഭാവത്തെ ആശ്രയിച്ചിരിക്കുന്നു.

പോസിറ്റീവ് തിരഞ്ഞെടുക്കുമ്പോൾ, നമ്മൾ ചെയ്യുന്ന എല്ലാ കാര്യങ്ങളിലും നല്ല ഊർജ്ജം പകരും. നമ്മെ ശക്തിപ്പെടുത്തുന്ന വാക്കുകളിലാണ് നമ്മൾ സംസാരിക്കുന്നത്. അത് മറ്റുള്ളവരെ ശക്തിപ്പെടുത്തുന്നു. അപ്പോൾ മറ്റുള്ളവരേയും മുന്നോട്ട് നയിക്കാൻ സഹായിക്കുന്ന പ്രവർത്തനങ്ങളെക്കുറിച്ച് ഞാനും നിങ്ങളും ചിന്തിക്കുന്നു.

സ്കോർപ്പിയോ അനായാസമായി കുറച്ച് പ്രവൃത്തികൾ കൊണ്ട് എനിക്ക് അർത്ഥപൂർണ്ണവും സന്തോഷകരവുമായ ഒരു ലോകം സൃഷ്ടിച്ചു. അദ്ദേഹമില്ലായിരുന്നെങ്കിൽ അത് ദൈർഘ്യമേറിയതും മടുപ്പിക്കുന്നതുമായ ഒരു കയറ്റമായിരുന്നു.

ആർക്കറിയാം . ആ ചെറിയ സഹായത്താൽ വേദനകളും ഓർമ്മകളും ഇല്ലാത്ത ഒരു പുതിയ യാഥാർത്ഥ്യം ഞാൻ സൃഷ്ടിക്കും, ഞാൻ പതുക്കെ മുന്നോട്ട് പോകും. ഒരു നിമിഷം , ഒരു തിരഞ്ഞെടുപ്പ് , ഒരു സമയം ഒരു ചിന്ത. നന്ദി.

നാളെയും മറ്റെല്ലാ ദിവസവും ഞാൻ പുഞ്ചിരിയോടെ ഉണരാനും എല്ലാത്തിലും നല്ലത് കാണാനും ഓരോ നിമിഷവും ഒരു നല്ല ജീവിതം സൃഷ്ടിക്കാനുള്ള മറഞ്ഞിരിക്കുന്ന പുതിയ അവസരമാണെന്ന് എന്നെത്തന്നെ ഓർമ്മിപ്പിക്കാൻ ശ്രമിക്കും.

അധ്യായം 10

ഉത്സവ പ്രഭ

ഈ മത്സ്യബന്ധന നഗരം അപൂർവ്വമായി അതിൻ്റെ ശാന്തമായ
താളം തെറ്റിച്ചു, അതിൻ്റെ ജീവിതം എല്ലായ്പ്പോഴും കടലും
ആകാശവുമാണ്. എന്നാൽ ഇന്ന് രാത്രി, വാർഷിക ടൗൺ
ഫെസ്റ്റിവൽ സാധാരണയായി ശാന്തമായ ഡോക്കുകളെ മിന്നുന്ന
വിളക്കുകൾ, ചടുലമായ സ്റ്റാളുകൾ, ഉപ്പിട്ട കടൽക്കാറ്റുമായി
ഇടകലർന്ന ചിരി എന്നിവയുടെ അത്ഭുതലോകമാക്കി മാറ്റി.
സ്കോർപ്പിയോ തൻ്റെ ബൈക്കിൽ ചാരി, അവളുടെ
തെരുവിൻ്റെ മൂലയിൽ കാത്തുനിന്നു.

അവൻ വാച്ചിലേക്ക് നോക്കി, എന്നിട്ട് ചെറിയ അപ്പാർട്ട്മെൻ്റിലേക്ക്
നോക്കി. അവസാനം അവൾ ഇറങ്ങിയപ്പോൾ അവൻ്റെ ശ്വാസം
ഒരു നിമിഷം നിലച്ചു. കടലിനെ പ്രതിഫലിപ്പിക്കുന്ന തേയിലയുടെ
ഷേഡുള്ള ലളിതമായ, ഒഴുകുന്ന വസ്ത്രമാണ് അവൾ ധരിച്ചിരുന്നത്.
അവളുടെ തോളിൽ അലങ്കരിച്ച ഒരു നേരിയ സ്കാർഫ്, അവളുടെ
മുടി, സാധാരണയായി എല്ലാ ദിവസവും പോണിടെയിൽ കെട്ടി,
എന്നാൽ ഇന്ന് അത് സ്വതന്ത്രമായി കാസ്കേഡ് ചെയ്തു. . അവൾ

സുന്ദരിയാണെന്ന് സ്കോർപിയോ കരുതി, പക്ഷേ അവൻ ഒരിക്കലും അത് ഉറക്കെ പറഞ്ഞില്ല.

ക്ഷമിക്കണം, ഞാൻ കുറച്ച് സമയമെടുത്തു," അവൾ പറഞ്ഞു, അവളുടെ ശബ്ദം മൃദുവും ക്ഷമാപണവും ആയിരുന്നു. "കൃത്യസമയത്താണ്," സ്കോർപിയോ അവൾക്ക് ഉറപ്പ് നൽകി. "കുറച്ചു വിനോദത്തിന് തയ്യാറാണോ?" . അവൾ മടിച്ചു നിന്നു. "അതെ. എന്നെ ക്ഷണിച്ചതിന് നന്ദി. ഞാൻ മുമ്പ് ഒരു നഗര ഉത്സവത്തിനും പോയിട്ടില്ല. " ബൈക്കിന് പുറകെ പിലിയൺ റൈഡ് ചെയ്യുന്നത് വളരെക്കാലമായി. സ്കോർപ്പിയോ പുഞ്ചിരിച്ചു. "എങ്കിൽ കവർ ചെയ്യാൻ ഒരുപാട് ഉണ്ട്." അടുത്ത് പിൻസീറ്റിൽ റൈഡ് ചെയ്യുന്നത് ഒരു പ്രശ്നമുണ്ടാക്കിയില്ല. അവർ ഉത്സവസ്ഥലത്ത് എത്തി.

ഡോക്കുകളിലേക്കുള്ള തെരുവുകൾ സംഗീതവും സംസാരവും കൊണ്ട് സജീവമായിരുന്നു. കൈകൊണ്ട് നിർമ്മിച്ച കരകൗശലവസ്തുക്കൾ ബ്രൗസുചെയ്യുകയും പ്രാദേശിക വിഭവങ്ങൾ ആസ്വദിക്കുകയും സംഗീതജ്ഞർക്ക് ചുറ്റും ഒത്തുകൂടുകയും ചെയ്യുന്ന ആളുകളുടെ കൂട്ടങ്ങളെ പ്രകാശിപ്പിക്കുന്ന ഫെയറി ലൈറ്റുകളുടെ സ്ട്രിംഗുകൾ മുകളിൽ ക്രോസ് ചെയ്യുന്നു. ആൾക്കൂട്ടത്തിനിടയിലൂടെ സ്കോർപ്പിയോ അവളെ നയിച്ചു. അനായാസമായ ആത്മവിശ്വാസത്തോടെ, അവന്റെ വിശാലമായ തോളുകൾ , അവൾ വിശ്വസ്തതയോടെ പിന്നിൽ നടക്കുമ്പോൾ ഒരു പാത വെട്ടിത്തെളിച്ചു, അവളുടെ വിടർന്ന കണ്ണുകൾ എല്ലാ കാഴ്ചകളും ഏറ്റെടുത്തു.

വിശക്കുന്നുണ്ടോ?" ഒരു ഓപ്പൺ എയർ ഫുഡ് സ്റ്റാളിൽ നിർത്തി അവൻ ചോദിച്ചു, അവിടെ ചുട്ടുപഴുപ്പിച്ച പേസ്ട്രികളുടെ മധുരവുമായി പ്രലോഭിപ്പിക്കുന്ന തരത്തിൽ ഗ്രിൽ ചെയ്ത കടൽ വിഭവങ്ങളുടെ മണം കൂടിച്ചേർന്നു. "അതെ , അവൾ മറുപടി പറഞ്ഞു, അവളുടെ ചുണ്ടിൽ ഒരു ചെറു പുഞ്ചിരി വിടർന്നു.

അവർ വറുത്ത ക്രിസ്പ്, ഗോൾഡൻ കലമാരി ഓർഡർ ചെയ്തു, വെളുത്തുള്ളി അയോലിക്കൊപ്പം. മധുരപലഹാരങ്ങളുടെ പ്രദർശനം . അവൾ കണ്ണുതുറക്കുന്നതിനിടയിൽ, സ്കോർപിയോ രണ്ടുപേർക്കും തൻ്റെ പ്രിയപ്പെട്ട മുത്തുച്ചിപ്പി സൂപ്പിൻ്റെ ഒരു പാത്രം കൈക്കലാക്കി. "അത് അത്ഭുതകരമായി തോന്നുന്നു," അവൾ പിറുപിറുത്തു. എന്നിട്ട് അവൾ പഞ്ചസാര പൊടിച്ച നാരങ്ങ ടാർട്ടുകളിലേക്ക് ചൂണ്ടിക്കാണിച്ചു.

""നിനക്ക് ഭക്ഷണത്തിൽ നല്ല വൈവിധ്യമുണ്ട് . അവരുടെ ഓർഡറിലേക്ക് ഒരു കപ്പ് കേക്ക് ചേർത്തുകൊണ്ട് സ്കോർപിയോ പറഞ്ഞു. ഡോക്കിൻ്റെ അരികിൽ തടികൊണ്ടുള്ള ബെഞ്ചുകൾ തിരമാലകളെ അഭിമുഖീകരിക്കുന്ന ശാന്തമായ ഒരു സ്ഥലം അവർ കണ്ടെത്തി. അവൾ കപ്പ്കേക്ക് ശ്രദ്ധാപൂർവ്വം കടിച്ചു, അവളുടെ ഭാവം സന്തോഷത്തിൻ്റെ ഒന്നായി മാറി. "ഇത് അവിശ്വസനീയമാണ്," അവൾ പറഞ്ഞു. "ഇവിടെ എല്ലാം നല്ല ഭക്ഷണമാണ്, സ്കോർപിയോ മറുപടി പറഞ്ഞു, അവൻ്റെ ശബ്ദം കാഷ്വൽ ആയിരുന്നു, പക്ഷേ അവൻ്റെ കണ്ണുകൾ അവളെ നിരീക്ഷിച്ചു.

കാർണിവൽ സംഗീതത്തിൻ്റെ വിദൂര ശബ്ദം അവരുടെ ശ്രദ്ധ ആകർഷിച്ചു, സ്കോർപ്പിയോ ഫെറിസ് ചക്രത്തിന് നേരെ ആംഗ്യം കാണിച്ചു. ". നി അതിന് തയ്യാറാണോ?" അവൾ ഒരു ഫെറിസ് വീൽ ചെയ്തിട്ട് വളരെക്കാലമായതിനാൽ അവൾ മടിച്ചു, പക്ഷേ തലയാട്ടി. "ഞാൻ പരീക്ഷിക്കാൻ തയ്യാറാണ്.

ബഹുവർണ്ണ വിളക്കുകളാൽ അലങ്കരിച്ച ഫെറിസ് വീൽ ഒരു കാവൽക്കാരനെപ്പോലെ ഉത്സവത്തിന് മീതെ തെളിഞ്ഞു. അവർ വരിയിൽ ചേർന്നു, സ്കോർപിയോ അറ്റൻഡൻ്റിന് രണ്ട് ടിക്കറ്റുകൾ നൽകി. ചെറിയ, ആടിയുലയുന്ന ഗൊണ്ടോളയ്ക്കുള്ളിൽ ഒരിക്കൽ അവൾ മെറ്റൽ ബാറിൽ മുറുകെ പിടിച്ചു. "നി ഉയരങ്ങളുടെ ആരാധികയല്ല അല്ലേ ? . അവൻ ചോദിച്ചു. "അതല്ല," അവൾ പറഞ്ഞു, "ഞാൻ കുറച്ച് സമയത്തിന് ശേഷം പുതിയ കാര്യങ്ങൾ പരീക്ഷിച്ചാൽ , ക്രമീകരിക്കാൻ സമയമെടുക്കും

ചക്രം തിരിയാൻ തുടങ്ങിയപ്പോൾ, അവളുടെ റേസിംഗ് ചിന്തകളേക്കാൾ കാഴ്ചയിൽ ശ്രദ്ധ കേന്ദ്രീകരിക്കാൻ അവൾ ശ്രമിച്ചു. നഗരം മുഴുവൻ അവർക്ക് താഴെയായി നീണ്ടുകിടക്കുന്നു, അതിൻ്റെ മിന്നുന്ന ലൈറ്റുകൾ ഇരുണ്ട വെള്ളത്തിൽ പ്രതിഫലിച്ചു. സ്കോർപിയോ അവളെ സംസാരിക്കാൻ നിർബന്ധിച്ചില്ല, അവൾക്ക് ഏകാന്തത ആവശ്യമാണ്

ഗൊണ്ടോള അതിന്റെ അഗ്രത്തിൽ എത്തിയപ്പോൾ, സവാരി താൽക്കാലികമായി നിർത്തി, അവ വായുവിൽ നിർത്തി അവൾ ഒടുവിൽ ശ്വാസം വിട്ടു. "ഇവിടെ മനോഹരമാണ്," അവൾ സമ്മതിച്ചു. അതെ, അത് തന്നെ," സ്കോർപിയോ പറഞ്ഞു, അവന്റെ കണ്ണുകൾ കാഴ്ചയിൽ ആയിരുന്നില്ല. എന്നാൽ അവളുടെ മേൽ മാത്രം.

അവൾ അവന്റെ നോട്ടം പിടിച്ചു തിരിഞ്ഞു നോക്കി, അവളുടെ കവിളിൽ ഒരു നാണം ഇഴയുന്നത് അനുഭവപ്പെട്ടു. "വളരെക്കാലമായി എനിക്ക് ഇത്രയധികം സമാധാനം തോന്നിയിട്ടില്ല," അവൾ സമ്മതിച്ചു. "നല്ലത്," സ്കോർപിയോ ലളിതമായി പറഞ്ഞു. "നീ അത് അർഹിക്കുന്നു." അവർ ഫെറിസ് ചക്രത്തിൽ നിന്ന് ഇറങ്ങിയപ്പോൾ, അവളുടെ ഭാരത്തിന്റെ ഒരു ഭാഗം ഉപേക്ഷിച്ചതുപോലെ അവൾക്ക് ഭാരം കുറഞ്ഞതായി തോന്നി.

അവർ മാർക്കറ്റ് സ്റ്റാളുകളിലൂടെ അലഞ്ഞു, അവിടെ അവൾ കൈകൊണ്ട് നിർമ്മിച്ച ആഭരണങ്ങളും മനോഹരമായ ഷെല്ലുകളും വർണ്ണാഭമായ സ്കാർഫുകളും കണ്ടു. ഷെല്ലുകളോട് അവൾക്ക് എന്നും ഒരു കൗതുകം ഉണ്ടായിരുന്നു. സ്കോർപിയോ അവൾക്ക് കടൽ ഷെൽ പോലെയുള്ള ഒരു ചെറിയ, സങ്കീർണ്ണമായ കൊത്തുപണികളുള്ള ഒരു മരം കീചെയിൻ വാങ്ങി. ഇന്ന് രാത്രി ഓർക്കാൻ," അയാൾ അത് അവൾക്ക് നീട്ടിക്കൊണ്ട് പറഞ്ഞു. അവൾ പുഞ്ചിരിച്ചു, നന്ദി.

രാത്രി കഴിയുന്തോറും, അവർ കൂടുതൽ ഭക്ഷണശാലകളിൽ നിർത്തി, ചെറിയ കടലാസ് പാത്രങ്ങളിൽ വിളമ്പിയ വെണ്ണ പുരട്ടിയ ഗ്രിൽ ചെയ്ത ചോളവും രുചികരമായ സീഫുഡ് പേല്ലയും കഴിച്ചു. സ്കോർപിയോ തനിക്കറിയാവുന്ന ആളുകളെ ചൂണ്ടിക്കാണിച്ചു, അവരുടെ കഥകൾ പങ്കിട്ടു. അത് അവളെ ഒരുപാട് നാളുകൾക്ക് ശേഷം ആദ്യമായി ചിരിപ്പിച്ചു.

അവർ സെൻട്രൽ സ്ക്വയറിൽ എത്തിയപ്പോൾ, ഒരു ലൈവ് ബാൻഡ് നാടോടി സംഗീതം വായിക്കുന്നുണ്ടായിരുന്നു. സ്ട്രിംഗ് ലൈറ്റുകൾക്ക് കീഴിൽ ദമ്പതികൾ നൃത്തം ചെയ്തു, അവരുടെ ചലനങ്ങൾ തിരമാലകളായി. സ്കോർപിയോ അവൾക്കു നേരെ തിരിഞ്ഞ് കൈ നീട്ടി. "നീ എന്നോടൊപ്പം നൃത്തം ചെയ്യുമോ?" അവൾ മടിച്ചു, പക്ഷേ അവൻ്റെ ക്ഷമയുള്ള പുഞ്ചിരി അവളുടെ കരുതലുകളെ അലിയിച്ചു. "ശരി," അവൾ അവൻ്റെ കൈയിൽ കൈ വെച്ചു കൊണ്ട് പറഞ്ഞു

സ്കോർപ്പിയോ നൃത്തം ഒരു വിദഗ്ധ നൃത്തമായിരുന്നില്ല. പക്ഷേ, അവൻ ആത്മവിശ്വാസത്തോടെ നയിച്ചു, അത് അവൾക്ക് പിന്തുടരുന്നത് എളുപ്പമാക്കി. അവർ നീങ്ങുമ്പോൾ, സംഗീതവും നിമിഷവും അവളെ കൊണ്ടുപോകാൻ അവൾ അനുവദിച്ചു. വർഷങ്ങൾക്ക് ശേഷം ആദ്യമായി, തനിക്ക് നഷ്ടപ്പെട്ടതിനെക്കുറിച്ച് അവൾ ചിന്തിക്കുന്നില്ല, പക്ഷേ അവൾ എന്താണ് കണ്ടെത്താൻ തുടങ്ങിയതെന്ന് അവൾ ചിന്തിക്കുകയായിരുന്നു. പാട്ട് അവസാനിച്ചപ്പോൾ, സ്കോർപ്പിയോ ഉടൻ അവളുടെ കൈ വിട്ടില്ല, അവൻ്റെ കൈ അവളുടെ കൈയിൽ തുടർന്നു. "നീ നന്നായി

ചെയ്തു," അദ്ദേഹം പറഞ്ഞു. അവൾ മെല്ലെ ചിരിച്ചു. "ഡാൻസ് ഫ്ലോറിലും നീ മിടുക്കനാണ്.

തിരിച്ചുപോകാൻ തീരുമാനിച്ചപ്പോൾ ഉത്സവം അവസാനിക്കുകയായിരുന്നു. സ്കോർപിയോ അവളെ ബൈക്കിൽ അവളുടെ അപ്പാർട്ട്മെൻറിലേക്ക് തിരികെ കൊണ്ടുപോയി. തെരുവുകൾ ഇപ്പോൾ നിശബ്ദമായിരുന്നു, പക്ഷേ സായാഹ്നത്തിൻറെ മാന്ത്രികതയുടെ അവശിഷ്ടങ്ങളാൽ ഇപ്പോഴും തിളങ്ങുന്നു. "ഇന്ന് രാത്രിക്ക് നന്ദി," അവർ അവളുടെ വാതിൽക്കൽ എത്തിയപ്പോൾ അവൾ പറഞ്ഞു. "എനിക്ക് ഇത് എത്രമാത്രം ആവശ്യമാണെന്ന് എനിക്ക് മനസ്സിലായില്ല." "എപ്പോൾ വേണമെങ്കിലും," സ്കോർപിയോ മറുപടി പറഞ്ഞു. "നീ വന്നതിൽ എനിക്ക് സന്തോഷമുണ്ട്."

അവൾ അവൻറെ കവിളിൽ നേരിയതും എന്നാൽ ദൃഢവുമായ ഒരു ചുംബനമർത്തി. "ഗുഡ് നൈറ്റ്, സ്കോർപിയോ." "ഗുഡ് നൈറ്റ്, ഫൺ ഗേൾ," അവൻ പറഞ്ഞു, അവൾ അകത്തേക്ക് കയറുമ്പോൾ വാതിൽ പതുക്കെ അടയുന്നത് നോക്കി. സ്കോർപിയോ തൻറെ ബൈക്കിലേക്ക് തിരികെ നടക്കുമ്പോൾ അയാൾക്ക് പുഞ്ചിരിക്കാതിരിക്കാൻ കഴിഞ്ഞില്ല. അത് ഒരു ലളിതമായ രാത്രിയായിരുന്നു, പക്ഷേ അത് ഇരുവർക്കും വളരെ വലിയ ഒന്നിൻറെ തുടക്കമാണെന്ന് അവനറിയാമായിരുന്നു .

ഹീലിംഗ് ടൈഡ്

അവൾ അറിയാതെ തന്നെ, സ്കോർപിയോയുമായുള്ള വൈകാരിക ബന്ധം അവൾ ഇപ്പോൾ സ്കോർപ്പിയോയെ എങ്ങനെ കാണുന്നു എന്നതിൻ്റെ സെൻസറി വിശദാംശങ്ങൾ വർദ്ധിപ്പിക്കുകയും സമ്പന്നമാക്കുകയും ചെയ്തു. ആഴത്തിലുള്ള സൗഹൃദത്തിൻ്റെ അതിരുകളിൽ നിന്ന് എപ്പോൾ വേണമെങ്കിലും അവർ മുന്നോട്ട് പോയേക്കാം എന്ന് അവൾക്ക് ഇപ്പോൾ തോന്നിത്തുടങ്ങി.

യഥാർത്ഥത്തിൽ അവൾ മത്സ്യബന്ധന നഗരം തിരഞ്ഞെടുത്തത് അതിൻ്റെ ശാന്തമായ ആകർഷണത്തിനും അജ്ഞാതതയ്ക്കും വേണ്ടിയാണ്. കടൽ തിരമാലകൾ അവളുടെ സ്വന്തം പ്രക്ഷുബ്ധമായ വികാരങ്ങളെ പ്രതിധ്വനിപ്പിക്കുന്നതായി തോന്നി, എപ്പോഴും ചലിക്കുന്നു, എന്നിട്ടും യഥാർത്ഥത്തിൽ ഒരിക്കലും നിശ്ചലമായില്ല. ഇപ്പോൾ എല്ലാ ദിവസവും രാവിലെ, കാക്കകളുടെ കരച്ചിലും തുറമുഖത്തിൻ്റെ മരത്തൂണുകൾക്ക് നേരെയുള്ള താളാത്മകമായ വെള്ളം തെറിക്കുന്നതും കേട്ടാണ് അവൾ ഉണരുന്നത്.

അവൾക്ക് നൽകിയ അപ്പാർട്ട്മെൻ്റ് ഒരു ചെറിയ ഉയരമുള്ള സ്ഥലത്തിന് മുകളിലാണ്, ജനാലകൾ അവൾക്ക് ബോട്ടുകളുടെ കാഴ്ചയും മത്സ്യത്തൊഴിലാളികൾ അവരുടെ വല വലിച്ചിടുന്നതും കാണിച്ചു.

ഇത് അവളുടെ സങ്കേതമായിരുന്നു, അവളെ സങ്കടകരവും അനിശ്ചിതത്വത്തിലാക്കിയതുമായ ഒരു ബന്ധത്തിന് ശേഷം സ്വയം പുനർനിർമ്മിക്കാനുള്ള ഇടം. മാസങ്ങളോളം, അവൾ ഏതെങ്കിലും തരത്തിലുള്ള കെണികൾ ഒഴിവാക്കി. അവൾ ഇവിടെ വന്നത് സുഖം പ്രാപിക്കാനാണ്, വീണ്ടും വീഴാനല്ല. സ്കോർപിയോയെ കണ്ടുമുട്ടിയ ദിവസം ആ ദൃഢനിശ്ചയം തകർന്നു.

അവർ ഇപ്പോൾ മിക്കവാറും എല്ലാ ദിവസവും കണ്ടുമുട്ടുന്നു, മിക്ക ദിവസവും അവളുടെ പ്രഭാത നടത്തത്തിനിടയിൽ കടൽത്തീരത്ത് അവനെ കണ്ടു. വേലിയേറ്റം ഇപ്പോൾ കുറഞ്ഞു, മണൽത്തരികളിൽ തിളങ്ങുന്ന ജലാശയങ്ങൾ അവശേഷിപ്പിച്ചു. ഇന്ന് അവൾ ഒരു വേലിയേറ്റ കുളത്തിനരികിൽ കുനിഞ്ഞിരുന്നു, പാറകൾക്കടിയിൽ ചെറിയ ഞണ്ടുകൾ പാഞ്ഞടുക്കുന്നത് അവൾ നോക്കിനിൽക്കുകയായിരുന്നു, പെട്ടെന്ന് നനഞ്ഞ ഒരു മൂക്ക് അവളുടെ കൈയിൽ തഴുകി.

സ്കോർപിയോസ് ലാബ്രഡോർ നായ ആവേശത്തോടെയും വാലു കുലുക്കിയും സന്തോഷത്തോടെ തന്നെ നോക്കുന്നത് കണ്ട് അവൾ തലയുയർത്തി നോക്കി. ഇവിടെ വരിക!" സ്കോർപിയോ ആഴത്തിലുള്ള ശബ്ദം വിളിച്ചു

കാഷൽ, പരുക്കൻ മനോഹാരിതയോടെ അവൻ അവളുടെ അടുത്തേക്ക് ഓടിക്കൊണ്ടിരുന്നു. കടൽക്കാറ്റാൽ അവന്റെ ഇരുണ്ട മുടി ഇളകി, മെലിഞ്ഞ, പേശികളുള്ള അവന്റെ ഫ്രെയിം ആത്മവിശ്വാസത്തോടെ നീങ്ങി. അവൻ പുഞ്ചിരിക്കുന്നുണ്ടായിരുന്നു, ആരെയും നിരായുധനാക്കുന്ന തരത്തിലുള്ള പുഞ്ചിരി. അവളുടെ ഹൃദയം ഇളകുന്നുണ്ടോ?

എന്നോട് ക്ഷമിക്കണം, "അവൻ ശ്വാസം വിട്ടുകൊണ്ട് അവളുടെ അടുത്തേക്ക് വന്നപ്പോൾ പറഞ്ഞു. "അവന് എല്ലാവരോടും മൂക്ക് കൊണ്ട് ഹലോ പറയുന്ന ഒരു ശീലമുണ്ട്" "കൊള്ളാം," അവൾ മറുപടി പറഞ്ഞു, ലാബ്രഡോറിനെ ചെവിക്ക് പിന്നിൽ തലോടികൊണ്ട് മൃദുവായി ചിരിച്ചു. "അവൻ സുന്ദരനാണ്".

അവരുടെ പാതകൾ ഇപ്പോൾ പലപ്പോഴും കണ്ടുമുട്ടുകയും ചെയ്യുന്നതായി തോന്നി. സ്കോർപിയോ അവളെ കാപ്പി കുടിക്കാൻ ക്ഷണിച്ചപ്പോൾ , അല്ലെങ്കിൽ നായയെ ഒരുമിച്ച് നടക്കാൻ ആഗ്രഹിക്കുന്നുണ്ടോ എന്ന് ചോദിച്ചത് പോലെ , ചിലപ്പോൾ അത് ബോധപൂർവമായിരുന്നു. മറ്റുചിലപ്പോൾ, കർഷക ചന്തയിലോ കടവിലോ പരസ്പരം കണ്ടുമുട്ടുന്നത് പോലെ അത് അവിചാരിതമായിരുന്നു.

"സ്കോർപ്പിയോ അവൾ ഇതുവരെ അറിയുന്ന ആരെയും പോലെ ആയിരുന്നില്ല. അവൻ ക്ഷമയും ദയയും ഉള്ളവനായിരുന്നു, അവളുടെ ഭൂതകാലത്തെക്കുറിച്ചുള്ള വിശദാംശങ്ങൾക്കായി അവളെ

ഒരിക്കലും ശല്യപ്പെടുത്തിയില്ല, എന്നാൽ അവൾ പങ്കിടാൻ ആഗ്രഹിക്കുമ്പോൾ കേൾക്കാൻ എപ്പോഴും തയ്യാറായിരുന്നു. അവൻ സ്വന്തം കഴിവുകളിൽ പ്രവർത്തിച്ചു,

പട്ടണത്തിലെ ജീവിതത്തെക്കുറിച്ചുള്ള അവൻ്റെ കഥകൾ അവളെ ആകർഷിച്ചു. അവളെ ചിരിപ്പിക്കാനുള്ള എളുപ്പവഴി അവനുണ്ടായിരുന്നു, അവൻ്റെ നർമ്മവും കുസൃതി നിറഞ്ഞ ചിരിയും അവളുടെ ഗൗരവമായ പെരുമാറ്റം എപ്പോഴും തകർത്തു. ഇതെല്ലാം എവിടേക്കാണ് പോകുന്നത്, അവൾ അത്ഭുതപ്പെട്ടു.

കാലക്രമേണ, അവനോടുള്ള അവളുടെ വികാരങ്ങൾ കൂടുതൽ ആഴത്തിലായി. അവർ സായാഹ്നങ്ങൾ അവളുടെ ചെറിയ അടുക്കളയിൽ ഒരുമിച്ച് പാചകം ചെയ്തു, പുതിയ കടൽ വിഭവങ്ങളും ക്രസ്റ്റി ബ്രെഡും പങ്കിട്ടു. രാത്രി വൈകിയും അവർ ഹാർബറിൽ ഇരുന്നു, ബിയർ കുടിക്കുകയും നക്ഷത്രങ്ങളെ വീക്ഷിക്കുകയും ചെയ്തു.

എന്നാൽ അവർ എത്ര അടുപ്പത്തിലായിട്ടും അവൾ തനിക്കുള്ള ഒരു പ്രദേശം സൂക്ഷിച്ചു, അവളുടെ ഹൃദയം അടച്ചു. അടുപ്പം കൊണ്ട് വന്ന പരാധീനതയെ ഭയന്ന് അവനെ മുഴുവനായി അകത്തേക്ക് കടത്തിവിടാൻ അവൾ ഭയപ്പെട്ടു.

ഒരു വാരാന്ത്യ വൈകുന്നേരം, സ്കോർപിയോ അവളെ അത്താഴത്തിന് ക്ഷണിച്ചു, പക്ഷേ പകരം അവളുടെ അപ്പാർട്ട്മെൻ്റിൽ കണ്ടുമുട്ടാൻ അവൾ നിർദ്ദേശിച്ചു. അവൾ ഇപ്പോൾ തയ്യാറാണെന്ന് തോന്നുന്നു, അത് അവളെ ഭയപ്പെടുത്തിയാലും ഒരു പടി മുന്നോട്ട് പോകാൻ തയ്യാറാണ്.

അവരുടെ അത്താഴത്തിൻ്റെ ദിവസം, അവൾ മണിക്കൂറുകളോളം തയ്യാറെടുപ്പുകൾ നടത്തി. അവളുടെ അപ്പാർട്ട്മെൻ്റ് എളിമയുള്ളതും എന്നാൽ സുഖപ്രദവും, ലളിതമായ ഫംഗ്ഷണൽ ഫർണിച്ചറുകളും കടൽ വാട്ടർ കളർ പെയിൻ്റിംഗുകളാൽ അലങ്കരിച്ച ചുവരുകളും ആയിരുന്നു. അവൾ അവളുടെ മികച്ച പ്ലേറ്റുകൾ ഉപയോഗിച്ച് മേശ സജ്ജമാക്കി, കുറച്ച് മെഴുകുതിരികൾ കത്തിച്ചു, പശ്ചാത്തലത്തിൽ കളിക്കാൻ മൃദുവായ ജാസ് തിരഞ്ഞെടുത്തു.

അത്താഴത്തിന്, അവൾ ഇളം വെളുത്തുള്ളി ക്രീം സോസും വറുത്ത പച്ചക്കറികളും ഉപയോഗിച്ച് ചെമ്മീൻ പാസ്ത തയ്യാറാക്കി. തുറമുഖത്ത് നിന്ന് ഒഴുകിയെത്തുന്ന ഉപ്പുകാറ്റിനൊപ്പം സുഗന്ധങ്ങൾ അപ്പാർട്ട്മെൻ്റിൽ നിറഞ്ഞു. അവൾ ഒരു നേവി-ബ്ലൂ വസ്ത്രം തിരഞ്ഞെടുത്തു, അത് അവളുടെ കാൽമുട്ടുകളിൽ സ്പർശിച്ചു, അത് ഒരു ക്രീം കാർഡിഗനുമായി ജോടിയാക്കി. അവളുടെ ഇരുണ്ട മുടി ഒരു അയഞ്ഞ ബണ്ണിലേക്ക് അടിച്ചുമാറ്റി, കുറച്ച് മുടിയിഴകൾ അവളുടെ മുഖത്തെ ഫ്രെയിം ചെയ്തു.

സ്കോർപ്പിയോ എത്തിയപ്പോൾ, അവൻ്റെ നായ ആദ്യം അകത്തേക്ക് പാഞ്ഞു, അപ്പാർട്ട്മെൻ്റിന് ചുറ്റും മണംപിടിച്ചുകൊണ്ട് അവൻ്റെ വാൽ ആട്ടി. അവൻ എൻ്റെ പട്ടിക്കുട്ടി സണ്ണിയെ തിരയുകയായിരുന്നു. മെർലോട്ട് വൈൻ കുപ്പിയും റിബൺ കൊണ്ട് കെട്ടിയ ഒരു ചെറിയ പെട്ടിയും പിടിച്ച് സ്കോർപിയോ പിന്നാലെ വന്നു. " മധുരപലഹാരത്തിനായി ഞാൻ ഇവിടെ മധുരം കൊണ്ടുവന്നു," അദ്ദേഹം പറഞ്ഞു. അയാൾ പെട്ടി അവളുടെ കൈയ്യിൽ കൊടുക്കുമ്പോൾ ചിരിച്ചു. "നന്ദി," അവൾ പറഞ്ഞു, അവളുടെ കവിളുകൾ ചൂടുപിടിച്ചു. വീഞ്ഞ് ഒഴിക്കുന്നതിനിടയിൽ അവൾ അവനോട് ഇരിക്കാൻ ആംഗ്യം കാണിച്ചു.

അത്താഴം മന്ദഗതിയിലായിരുന്നു. വീഞ്ഞു കാരണം അവരുടെ നാവുകൾ അയഞ്ഞു, അവരുടെ ചിരി മുറിയിൽ നിറഞ്ഞു. തൻ്റെ ബോട്ടിംഗ് യാത്രയിൽ നിന്ന് മത്സ്യം മോഷ്ടിച്ച ഒരു പ്രത്യേക വികൃതിയായ ഡോൾഫിനിനെക്കുറിച്ചുള്ള ഒരു കഥ സ്കോർപ്പിയോ വിവരിച്ചു, അവൾ തൻ്റെ ബാല്യകാല സമുദ്ര സന്ദർശനങ്ങളുടെ ഓർമ്മ പങ്കിട്ടു.

ഭക്ഷണം ലളിതവും എന്നാൽ രുചികരവും ആയിരുന്നു, മെഴുകുതിരികൾ മേശയിൽ ഒരു സ്വർണ്ണ പ്രകാശം വീശുന്നു. സ്കോർപിയോയുടെ കാൽമുട്ടുകൾ മേശയ്ക്കടിയിൽ മുട്ടുന്ന രീതിയും വൈൻ കുപ്പി അവളുടെ കൈകളിലെത്തിക്കുമ്പോൾ അവൻ്റെ വിരലുകൾ ഒരു നിമിഷം നീണ്ടുനിൽക്കുന്ന രീതിയും അവൾ നന്നായി മനസ്സിലാക്കി.

അത്താഴത്തിന് ശേഷം, ടിറാമിസു പലഹാരവും അവസാനത്തെ വീഞ്ഞും കൊണ്ടുവന്ന് അവർ സോഫയിലേക്ക് നീങ്ങി. രണ്ട് നായ്ക്കളും അവരുടെ കാൽക്കൽ ചുരുണ്ടുകിടന്നു, അവരുടെ മൃദുലമായ കൂർക്കംവലി ആശ്വാസകരമായ പശ്ചാത്തല ശബ്ദം.

അവർക്കിടയിലെ വായുവിൽ പറയാത്ത പിരിമുറുക്കം കൂടിക്കൂടി വന്നു. സ്കോർപ്പിയോ   പിന്നിലേക്ക് ചാഞ്ഞു, കൈ കട്ടിലിൻ്റെ പുറകിൽ അമർന്നു. അവൻ്റെ നോട്ടത്തിൻ്റെ ചൂട് അവൾക്ക് അനുഭവപ്പെട്ടു, അവരുടെ കണ്ണുകൾ തമ്മിൽ കൂട്ടിമുട്ടുമ്പോൾ അവളുടെ സ്പന്ദനം വേഗത്തിലായി. " നീ ഇവിടെ മനോഹരമായ അന്തരീക്ഷം സൃഷ്ടിച്ചു," അയാൾ മുറിക്ക് ചുറ്റും ആംഗ്യം കാണിച്ചു. "ഇത് നിന്നെ പോലെ തോന്നുന്നു."

അവൾ പുഞ്ചിരിച്ചു, അവളുടെ വിരലുകൾ അവളുടെ വൈൻ ഗ്ലാസിൻ്റെ അരികിൽ തൊട്ടു. "ഇതിന് സമയമെടുത്തു. പക്ഷെ എനിക്ക് വീണ്ടും എന്നെപ്പോലെ തോന്നിത്തുടങ്ങി. "നല്ലത്," അവൻ പതുക്കെ പറഞ്ഞു, അടുത്തേക്ക് ചാഞ്ഞു. "കുറച്ചു നാളായി ഞാൻ ഇത് പറയാൻ ആഗ്രഹിക്കുന്നതിനാൽ, ഞാൻ നിന്നെ ശ്രദ്ധിക്കുന്നു, രസികയായ പെൺകുട്ടി . ഒരു സുഹൃത്ത് എന്നതിലുപരി."

അവളുടെ ശ്വാസം മുട്ടി, അവളുടെ ഹൃദയമിടിപ്പ്. "എനിക്കും നിന്നെക്കുറിച്ച് താൽപ്പര്യമുണ്ട്," അവൾ മന്ത്രിച്ചു. സ്കോർപ്പിയോ കൈകെകൊണ്ട് അവളുടെ കവിളിൽ തഴുകി. "ഞാൻ ഇത് ചെയ്തോട്ടെ?" അവൾ തലയാട്ടി, അവൻ അവർക്കിടയിലുള്ള

അകലം അടച്ചു, അവൻ്റെ ചുണ്ടുകൾ അവളുടെ ചുണ്ടുകളിൽ കൊതി നിറഞ്ഞ ഒരു ചുംബനത്തിൽ പിടിച്ചു.

അവർ അവളുടെ കിടപ്പുമുറിയിലേക്ക്, അവരുടെ ചലനങ്ങൾ തിരക്കില്ലെങ്കിലും ഒരു ലക്ഷ്യത്തോടെ നിറഞ്ഞു. അവൻ്റെ നായ, ഇനി ആവശ്യമില്ലെന്ന് മനസ്സിലാക്കി, അടുക്കളയിലേക്ക് നീങ്ങി, ചൂടോടെ എൻ്റെ നായ്ക്കുട്ടിയും പിന്തുടർന്നു.

കിടപ്പുമുറിയിലെ അരണ്ട വെളിച്ചത്തിൽ, സ്കോർപ്പിയോ സമയം എടുത്തു, കൈകൾ താഴേക്ക് വീഴുന്നതിന് മുമ്പ് അവൻ്റെ വിരലുകൾ അവളുടെ താടിയെല്ലിൻ്റെ വളവ് കണ്ടെത്തി. അവളുടെ കാർഡിഗൻ അവളുടെ തോളിൽ നിന്ന് വഴുതി, അവളുടെ ചർമ്മത്തിൻ്റെ മിനുസമാർന്ന വിസ്താരം വെളിപ്പെടുത്തി.

"നീ വളരെ സുന്ദരിയാണ്," അവൻ പിറുപിറുത്തു, അവൻ്റെ ശബ്ദം. നെഞ്ചിലൂടെ ഒരു കുളിർ പടരുന്നതായി അവൾക്കു തോന്നി. അവൾ അവൻ്റെ ഷർട്ടിനു നേരെ നീട്ടി, അവളുടെ വിരലുകൾ ബട്ടണുകൾ പരതി. അവസാനം അത് തുറന്ന് വീണപ്പോൾ, അവൾ അവൻ്റെ നെഞ്ചിലെ ഉറച്ച പേശികൾക്ക് മുകളിലൂടെ കൈകൾ ഓടിച്ചു, അവളുടെ സ്പർശനത്തിൻ കീഴിൽ അവൻ്റെ പേശികൾ പിരിമുറുക്കിയത് കണ്ട് അത്ഭുതപ്പെട്ടു.

അവർക്കിടയിൽ ഒന്നുമില്ലാതാകുന്നതുവരെ അവരുടെ വസ്ത്രങ്ങൾ കഷണങ്ങളായി വീണു. വീഞ്ഞിൻ്റെ ഗന്ധവും കടൽ വായുവിൻ്റെ ഉപ്പുരസവും അവരുടെ കൂടിക്കലർന്ന ശരീരത്തിൻ്റെ മങ്ങിയ കസ്തൂരിയും മുറിയിൽ നിറഞ്ഞു. സ്കോർപിയോ സൗമ്യനായിരുന്നു, പക്ഷേ ആദ്യം, അവളുടെ ഓരോ ഇഞ്ചും പര്യവേക്ഷണം ചെയ്യുമ്പോൾ അവൻ്റെ ചലനങ്ങൾ ബോധപൂർവമായിരുന്നു. തൻ്റെ വേലിക്കെട്ടുകൾ തകരുന്നതായി അവൾക്ക് തോന്നി, ഓരോ സ്പർശനത്തിലും, ഓരോ ചുംബനത്തിലും അവളുടെ ഭൂതകാലത്തിൻ്റെ ഭാരം കുറഞ്ഞു.

വിരലുകൾ അവളെ ഓരോ ഇഞ്ചിലും അന്വേഷിച്ചു. മൃദുവായ മടക്കുകളിലേക്ക് ആഴത്തിൽ പോയി. അവൾ വല്ലാതെ നനഞ്ഞിരുന്നു. ഒരു നദി പോലെ. അവൻ പാറപോലെ കഠിനനായിരുന്നു. അവൾ അത് ഇഷ്ടപ്പെട്ടു. ഒറ്റയടിക്ക് അവൻ അകത്തേക്ക് കയറി. കഴിഞ്ഞ മാസങ്ങളെല്ലാം അവളുടെ ആത്മാവിനെ വിട്ടുപോയി.

അവൾ പ്രതികരിച്ചു. ഒരു സ്ത്രീ തൻ്റെ കാമുകനോട് വന്യമായി പ്രതികരിക്കുന്നതുപോലെ. അവന് അത് ഇഷ്ടപ്പെട്ടു. അവൾ അവനോടൊപ്പം കുന്നുകൾ കയറി. അവളുടെ ഉള്ളിലെ ഈ പുതിയ വ്യക്തിയും അവൻ്റെ ചലനങ്ങളും വളരെ ആശ്വാസകരമായിരുന്നു.

പിന്നീട്, അവർ ഷീറ്റുകളിൽ പിണഞ്ഞു കിടന്നു, അവരുടെ ശ്വാസം മുറിയുടെ നിശബ്ദതയിൽ ഇടകലർന്നു.   സ്കോർപിയോ അവളുടെ നഗ്നമായ തോളിൽ അലസമായ വൃത്തങ്ങൾ കണ്ടെത്തി, അവൻ്റെ മറ്റേ കൈ അവളുടെ അരക്കെട്ടിൽ ചെറുതായി അമർന്നു. "ഇനിയും എനിക്ക് ഇങ്ങനെ തോന്നുമെന്ന് ഞാൻ കരുതിയില്ല," അവൾ സമ്മതിച്ചു, അവളുടെ ശബ്ദം ഒരു മന്ത്രിപ്പിന് മുകളിലായി.

അവൻ അവളുടെ നെറ്റിയിൽ ചുംബിച്ചു. "ഞാനും വിചാരിച്ചില്ല . എന്നാൽ രണ്ടുപേരും ഇവിടെയുണ്ട്. പുറത്തെ തിരമാലകളുടെ ശബ്ദം അവരുടെ ശ്വാസത്തിൻ്റെ സ്ഥിരമായ താളവുമായി പൊരുത്തപ്പെട്ടു. മാസങ്ങൾക്ക് ശേഷം ആദ്യമായി അവൾ ഒരു വ്യക്തിയാണെന്ന് തോന്നി . അവൾ സ്കോർപിയോയുടെ നേരെ തിരിഞ്ഞു. അവളുടെ വിരലുകൾ അവൻ്റെ കവിളിൽ തലോടി. ഇന്ന് രാത്രി താമസിക്കൂ" അവൾ മൃദുവായി പറഞ്ഞു. അവൻ പുഞ്ചിരിച്ചു കൊണ്ട് അവളെ അടുപ്പിച്ചു. "എല്ലായ്പ്പോഴും."

രാത്രി നീണ്ടു പോകുമ്പോൾ, അവൾ അവൻ്റെ കൈകളിൽ ഒഴുകി, അവളുടെ ഭൂതകാലത്തിൻ്റെ ഭാരം ഒരു പുതിയ തുടക്കത്തിൻ്റെ വാഗ്ദാനത്താൽ മാറ്റിസ്ഥാപിച്ചു.

അധ്യായം **12**

അതിനു ശേഷമുള്ള പ്രഭാതം

പ്രഭാതത്തിൻ്റെ ആദ്യ വെളിച്ചം കിടപ്പുമുറിയിലെ ജനലിലൂടെ മൃദുവായി ഇഴഞ്ഞു നീങ്ങി, മുറിയിലുടനീളം മൃദുലമായ പ്രകാശം പരത്തി. അവൾ ഇളകി, അവൻ്റെ ശരീരത്തിൻ്റെ ചൂട്, മാസങ്ങളായി അനുഭവിക്കാത്ത വിധത്തിൽ , അവളെ ഭൂമിയിലേക്ക് തളച്ചു. അവൻ്റെ ഭുജം അവളുടെ അരക്കെട്ടിൽ സംരക്ഷിതമായി പൊതിഞ്ഞു, അവൻ്റെ കൊളോണിൻ്റെ ഗന്ധം അവരുടെ രാത്രിയുടെ സുഗന്ധവുമായി ഇടകലർന്നു. ഒരു നിമിഷം, അവളുടെ ചെറിയ അപ്പാർട്ട്മെൻ്റിന് പുറത്തുള്ള ലോകം മാഞ്ഞുപോയതുപോലെ . എല്ലാം നിശ്ചലവും തികഞ്ഞതുമായി തോന്നി.

അവൻ്റെ സാമീപ്യം ആസ്വദിച്ചുകൊണ്ട് അവൾ ആഴത്തിൽ ശ്വസിച്ചു. അവൻ്റെ ശ്വാസം സ്ഥിരമായിരുന്നു, അവൻ്റെ നെഞ്ചിൻ്റെ ഉയർച്ചയും താഴ്ചയും അവളുടേതുമായി സമന്വയിച്ചു. നല്ല സുഖം ആയിരുന്നു. അവൾക്ക് അത് ആവശ്യമാണെന്ന് അവൾ തിരിച്ചറിഞ്ഞിരുന്നില്ല. അവളുടെ ഭൂതകാലത്തിൻ്റെ ആരവം ഇനി നിൽക്കാത്ത സുരക്ഷിത ഇടം. അവൾ ചെറുതായി മാറി, അവൻ്റെ നെഞ്ചിൽ തല ചായ്ച്ചു, അവൻ്റെ ഹൃദയമിടിപ്പിൻ്റെ താളാത്മക ശബ്ദം കേട്ടു.

സ്കോർപിയോ അവളുടെ അരികിൽ ഇളകി, അവൻ അവളെ അടുപ്പിക്കുന്നതിന് മുമ്പ് അവൻ്റെ കൈ അവളുടെ അരക്കെട്ടിൽ കുറച്ചുനേരം മുറുക്കി, അവൻ്റെ ചുണ്ടുകൾ അവളുടെ നെറ്റിയിൽ തൊട്ടു. "പ്രഭാതം," അവൻ പിറുപിറുത്തു, ഉറക്കത്തിൽ നിന്ന് അവ്യക്തമായ ശബ്ദം .

"പ്രഭാതം," അവൾ മറുപടി പറഞ്ഞു, അവളുടെ ഹൃദയം അവളുടെ നെഞ്ചിൽ ചലിച്ചു. അവളുടെ ചുണ്ടിൽ അപ്പോഴും അവൻ്റെ രുചി. ഇന്നലെ രാത്രി മുതൽ . അവളുടെ ചർമ്മത്തിന് നേരെ അവൻ്റെ ചർമ്മത്തിൻ്റെ ചൂടും , മണിക്കൂറുകൾക്ക് മുമ്പ് അവർ പങ്കിട്ട ബന്ധവും . അവളുടെ നോട്ടത്തെ നേരിടാൻ തലയുയർത്തി അവൻ പുഞ്ചിരിച്ചു. അവളുടെ മുടിയിഴകളിൽ വിരലോടിച്ചപ്പോൾ അവൻ്റെ കണ്ണുകൾ മൃദുവായി. "നിനക്ക് സുഖമാണോ?" അവൾ തലയാട്ടി, അവളുടെ വിരലുകൾ അവൻ്റെ താടിയെല്ലിൻ്റെ വരയെ പിന്തുടരുന്നു. "അതെ, എനിക്ക് ഇപ്പോൾ കുഴപ്പമൊന്നുമില്ലെന്ന് തോന്നുന്നു.

ഒരു നീണ്ട ചുംബനത്തിനായി അവൻ ആഴത്തിലും സാവധാനത്തിലും, അവരുടെ ശരീരങ്ങൾ വീണ്ടും അടുത്തുചേർന്നപ്പോൾ അവൻ്റെ ചുണ്ടുകളുടെ കോണിൽ ഒരു കളിയായ പുഞ്ചിരി വിടർന്നു. അവർക്കിടയിലെ ചൂട് തൽക്ഷണം ജ്വലിച്ചു, . ഒരു ദാഹം ഉയരുന്നു. അത് തലേ രാത്രിയെക്കാൾ ശക്തമായിരുന്നു. അവൻ്റെ കൈകൾ അവളുടെ മുതുകിൻ്റെ

വളവിൽ തഴുകി, അവൻ്റെ ആഗ്രഹത്തിൻ്റെ അനിഷേധ്യമായ ചൂട് അവൾ അനുഭവിക്കുന്നതുവരെ അവളെ അടുപ്പിച്ചു. അവരുടെ സാമീപ്യത്തിൻ്റെ ചെറിയ കുമിളയ്ക്ക് പുറത്തുള്ള ലോകം വിദൂരമായി തോന്നി, പ്രഭാതം അവർ തലേദിവസം രാത്രി ആരംഭിച്ച ബന്ധത്തിൻ്റെ മറ്റൊരു തുടർച്ചയാണ്.

അവൾ സ്കോർപിയോ നിന്ന് ഒരു പരുക്കൻ ലൈംഗികത അനുഭവിച്ചു. ദാഹവും വന്യവുമായിരുന്നു. പിന്നെ ശ്വാസം കിട്ടാതെ അവൾ അവനിൽ നിന്ന് വേർപെട്ടു. അവൾ പുഞ്ചിരിച്ചു, അവളുടെ വിരലുകൾ അവൻ്റെ നെഞ്ചിൽ പതിഞ്ഞു. "ഞാൻ ഇതുപോലെ തുടരാൻ ആഗ്രഹിക്കുന്നു," അവൾ പറഞ്ഞു, അവളുടെ ശബ്ദം മൃദുവും എന്നാൽ കളിയുമാണ്, "എന്നാൽ രണ്ടുപേരും ഒരു ഘട്ടത്തിൽ എഴുന്നേൽക്കേണ്ടതുണ്ട്." അവൻ മാറിപ്പോകാൻ മടിച്ചു, പക്ഷേ അവസാനം സമ്മതിച്ചു. "നീ പറഞ്ഞത് ശരിയാണ്. ആദ്യം പ്രഭാതഭക്ഷണം, പിന്നെ പള്ളി? ചാപ്പൽ വളരെ അടുത്താണ്.

അവൾ തലയാട്ടി, കൈമുട്ടിൽ താങ്ങി , ജനലിലൂടെ പുറത്തേക്ക് നോക്കി . ചെറിയ പട്ടണം അവർക്കുമുന്നിൽ നീണ്ടുകിടക്കുന്നു, അതിരാവിലെ മൂടൽമഞ്ഞ് ഇപ്പോഴും മേൽക്കൂരകളിൽ പറ്റിനിൽക്കുന്നു. "അതെ, ഇത് ഒരു ചെറിയ നടത്തമാണ്. ഇന്ന് പോയാൽ നല്ലതാണെന്ന് തോന്നി. എല്ലാത്തിനുമുപരി, ഇത് ഞായറാഴ്ചയാണ്.

അവൾ അടുക്കളയ്ക്ക് ചുറ്റും നീങ്ങുമ്പോൾ, ചുട്ടുപഴുത്ത ബേക്കണിൻ്റെയും വറുത്ത മുട്ടയുടെയും ഗന്ധം അപ്പാർട്ട്മെൻ്റിൽ നിറഞ്ഞു, അവൾ സ്വയം മൃദുവായി മൂളി. ദിവസം ആരംഭിക്കാൻ ഹൃദ്യമായ എന്തെങ്കിലും പ്രഭാതഭക്ഷണം ഉണ്ടാക്കാൻ അവൾ തീരുമാനിച്ചു. സ്കോർപിയോ കാപ്പി കെറ്റിൽ നിറച്ചു. അവൻ്റെ കൈകൾ വിദഗ്ധമായി രണ്ടു മഗ്ഗുകൾ രുചികരമായ കാപ്പി തയ്യാറാക്കി. അവൻ അത് ജനാലക്കരികിലെ ചെറിയ മരമേശയിൽ വെച്ചു, കപ്പുകളിൽ നിന്ന് ആവി ഉയരുന്നു.

ഞാൻ എന്തെങ്കിലും സഹായിക്കാൻ ആഗ്രഹിക്കുന്നുണ്ടോ?" കൗണ്ടറിലേക്ക് ചാരി അവൾ ചെറിയ അടുക്കളയിൽ അനായാസം നീങ്ങുന്നത് നോക്കി അവൻ ചോദിച്ചു. അയാൾക്ക് ഒരു പുഞ്ചിരി സമ്മാനിച്ച് അവൾ അവളുടെ തോളിലേക്ക് നോക്കി. " സ്കോർപിയോ വേണമെങ്കിൽ മേശ സജ്ജീകരിക്കാം, കൗണ്ടറിൽ നിന്ന് ആ ഫ്രൂട്ട് ബൗൾ എടുക്കാം." "ശരി. സ്കോർപിയോ പറഞ്ഞു, അവൻ നീങ്ങുമ്പോൾ അവൻ്റെ കണ്ണുകളിൽ തിളക്കം.

അവർ എത്ര അനായാസമായാണ് ഒരുമിച്ചു പ്രവർത്തിച്ചത്, അവളുടെ ഇടത്തിൽ അവൻ്റെ സാന്നിധ്യം വളരെ ശരിയാണെന്ന് അവൾക്ക് തോന്നി. കുറച്ച് മാസങ്ങൾ മാത്രമേ അവർ പരസ്പരം അറിയൂ, പക്ഷേ അത് ഒരു ജീവിതകാലം പോലെ തോന്നി. അവരുടെ പ്രഭാതത്തിൻ്റെ താളം സൗമ്യവും ലാളിത്യത്തിൽ അടുപ്പമുള്ളതുമായിരുന്നു. അവർ തമാശ പറയുകയും ചിരിക്കുകയും ചെയ്തു, സുഹൃത്തുക്കളെപ്പോലെ . പ്രഭാതഭക്ഷണം പാചകം ചെയ്യുന്ന ലൗകിക നിമിഷങ്ങൾ അവർ വർഷങ്ങളോളം ഓർക്കുന്ന ഒരു പങ്കിട്ട അനുഭവമായി തോന്നി.

ഭക്ഷണം തയ്യാറായി, അവർ കഴിക്കാൻ ഇരുന്നു, സൂര്യൻ ഇപ്പോൾ പൂർണ്ണമായി ഉദിച്ചു, മുറിയിലുടനീളം ചുടുള്ള പ്രകാശകിരണങ്ങൾ വീശുന്നു. നല്ല ഭക്ഷണം, നല്ല കൂട്ടുകെട്ട്, എല്ലാം സ്വാഭാവികമായി തോന്നുന്ന ഒരാളുടെ കൂടെ കഴിയുന്നതിൻ്റെ ലാളിത്യം എന്നിവ അവർ ആസ്വദിച്ചു.

അവർ ഭക്ഷണം കഴിക്കുമ്പോൾ, വരാനിരിക്കുന്ന ആഴ്ചയെക്കുറിച്ചുള്ള ശാന്തമായ സംഭാഷണം അവർ പങ്കിട്ടു. സ്കോർപിയോ, പ്രാദേശിക തൊഴിലാളികളിൽ ചിലർക്കൊപ്പം ആഴക്കടൽ മത്സ്യബന്ധന യാത്രയ്ക്കുള്ള തൻ്റെ പദ്ധതികൾ പരാമർശിക്കുകയും , താൻ ജോലി ചെയ്യാൻ തുടങ്ങിയ ഒരു പെയിൻ്റിംഗിനെക്കുറിച്ച് അവളോട് പറയുകയും ചെയ്തു, സൂര്യോദയ സമയത്ത് തുറമുഖത്തിൻ്റെ കടൽത്തീരത്തിൻ്റെ ചിത്രം തൻ്റെ സ്റ്റുഡിയോയിൽ രൂപപ്പെടാൻ തുടങ്ങി. "അത് നന്നായിരിക്കും. അവൾ പറഞ്ഞു

"നിന്റെ അഭിനന്ദനങ്ങൾ കേൾക്കുന്നത് എനിക്കിഷ്ടമാണ്," സ്കോർപിയോ പറഞ്ഞു, അവളുടെ കൈ തഴുകാൻ മേശയുടെ കുറുകെ എത്തിയപ്പോൾ അവൻ്റെ ശബ്ദം മൃദുവായി. "ഇത്... ഞാൻ ഇതുവരെ അറിഞ്ഞിട്ടുള്ളതിൽ നിന്ന് വ്യത്യസ്തമാണ്. ഇത് ചെയ്യുന്ന ജോലി മാത്രമല്ല, ആ ജോലി മറ്റുള്ളവരെ എങ്ങനെ സന്തോഷവും സമാധാനവും ആക്കുന്നു. നിന്റെ കണ്ണുകളിലൂടെ യഥാർത്ഥ വികാരങ്ങൾ ഞാൻ മനസിലാക്കുന്നു.

അവളുടെ മുഖം ചെറുതായി ചുവന്നു, അവളുടെ ഹൃദയം കുളിർ നിറഞ്ഞു. "നന്ദി," അവൾ മന്ത്രിച്ചു, പകരം അവൻ്റെ കൈയിൽ തഴുകി. "ഞാൻ ആരെയും ശരിക്കും അഭിനന്ദിച്ചിട്ട് കുറച്ച് കാലമായി."

സംഭാഷണം ശാന്തമായി, ഒരു നിമിഷം, അവർ സുഖകരമായ നിശബ്ദതയിൽ ഇരുന്നു, തിരമാലകളുടെ നേർത്ത ശബ്ദം മാത്രം തടസ്സമായി. പ്രഭാതഭക്ഷണം കഴിഞ്ഞ് അവർ വസ്ത്രം ധരിച്ചു. സുഖപ്രദമായ നിശബ്ദതയിൽ .

അവൾ മൃദുവായ, നേവി-ബ്ലൂ സ്വെറ്ററും ജീൻസും തിരഞ്ഞെടുത്തു, സ്കോർപിയോ തൻ്റെ സാധാരണ ജീൻസും പ്ലെയ്ഡ് ഷർട്ടും ധരിച്ചിരുന്നു. മത്സ്യബന്ധന നഗരത്തിലെ കല്ലുകൾ പാകിയ തെരുവുകളിലൂടെ അവർ കൈകോർത്തു നടന്നു, രാവിലെ സൂര്യപ്രകാശം അന്തരീക്ഷത്തിലെ തണുപ്പിനെ ചൂടാക്കി. രണ്ട് നായ്ക്കളും അവരുടെ അരികിലൂടെ നടന്നു. ആവേശത്തോടെ.

പ്രധാന തെരുവിൻ്റെ അറ്റത്താണ് മനോഹരമായ പള്ളി സ്ഥിതിചെയ്യുന്നത്, അതിൻ്റെ വെളുത്ത മുൻഭാഗം ചുറ്റുമുള്ള മരങ്ങളുടെ പച്ചപ്പിന് എതിരായി നിൽക്കുന്നു. ഞായറാഴ്ച സർവ്വീസ് ആരംഭിക്കുന്നതിൻ്റെ സൂചന നൽകി ബെൽ ടവർ മൃദുവായി

മുഴങ്ങി. അവൾ അവനേ നോക്കി, അവളുടെ വിരലുകൾ അവൻ്റെ ചുറ്റും മുറുകി.

"തയ്യാറാണോ?" പറയാത്ത വികാരങ്ങളുടെ ഭാരത്താൽ ശബ്ദം താഴ്ത്തി അവൾ പതുക്കെ ചോദിച്ചു. അവൻ അവൾക്ക് ആശ്വാസകരമായ ഒരു പുഞ്ചിരി സമ്മാനിച്ചു. "എപ്പോഴും." അവർ ഒരുമിച്ച് പള്ളിയിൽ പ്രവേശിച്ചു, ധൂപവർഗ്ഗത്തിൻ്റെയും മിനുക്കിയ മരത്തിൻ്റെയും സുഗന്ധം അവരെ അഭിവാദ്യം ചെയ്തു.

സഭ ചെറുതായിരുന്നെങ്കിലും അന്തരീക്ഷം സമാധാനപരവും ഭക്തിസാന്ദ്രവുമായിരുന്നു. നായ്ക്കൾ കാരണം അവർ പുറകിൽ ഇരിപ്പിടങ്ങൾ കണ്ടെത്തി, ഇപ്പോൾ അവർ ശാന്തമായി കാലിൽ കിടന്നു. പ്രാർത്ഥനകൾ ആരംഭിച്ചപ്പോൾ, ശാന്തമായ ഒരു കൃതജ്ഞത അവളുടെ മേൽ വരുന്നതായി അവൾക്ക് തോന്നി.

കുറെ നാളുകൾക്ക് ശേഷം ആദ്യമായി അവൾ തൻ്റെ ഭൂതകാലത്തിൻ്റെ ഭാരം ചുമക്കുന്നില്ല. ഇവിടെ, നിശബ്ദതയിൽ, പ്രാർത്ഥനയുടെ മുഴക്കവും മൃദുവായ സ്തുതിഗീതങ്ങളും കൊണ്ട് ചുറ്റപ്പെട്ട അവൾ, സമാധാനത്തിൻ്റെ ഒരു സ്ഥലം കണ്ടെത്തിയെന്നറിഞ്ഞുകൊണ്ട് അവൾക്ക് ആഴത്തിൽ പ്രാർത്ഥിക്കാനാകും. സ്കോർപിയോയുടെ കൈ ഒരിക്കൽ കൂടി അവളെ കണ്ടെത്തി, അവൻ്റെ തള്ളവിരൽ അവളുടെ നക്കിളുകളിൽ മൃദുവായി ഉരച്ചു.

സേവനം അവസാനിക്കാറായപ്പോൾ, അവർ ഒരുമിച്ച് നിന്നു, അവസാന പ്രാർത്ഥനയിൽ അവരുടെ ശബ്ദങ്ങൾ സഭയിലെ മറ്റുള്ളവർക്കൊപ്പം ചേർന്നു. അവളുടെ ഹൃദയം പ്രകാശമായിരുന്നു, . അവനേ കണ്ടുമുട്ടിയപ്പോൾ മുതൽ അവൾ അറിഞ്ഞിരുന്ന കാര്യങ്ങൾ ഒന്നുകൂടി ഉറപ്പിക്കുന്ന പ്രഭാതത്തിലെ ലളിതമായ നിമിഷങ്ങൾ.

രോഗശാന്തി എന്നത് മുന്നോട്ട് പോകുക മാത്രമല്ല; അവളെ വീണ്ടും ഒരു മനുഷ്യസ്ത്രീയായി തോന്നിപ്പിച്ച ആളുകളെയും നിമിഷങ്ങളെയും കണ്ടെത്തുന്നതിനെക്കുറിച്ചായിരുന്നു അത്. അവനോടൊപ്പം, അവൾ സ്നേഹിക്കപ്പെട്ടതുപോലെ തോന്നി. അവൾ അവളുടെ അവസാന ലക്ഷ്യസ്ഥാനത്ത് എത്തിയിരിക്കുന്നു

അധ്യായം 13

ഈ ദേഷ്യമെല്ലാം ഒരിക്കൽ നിന്റെ പ്രണയമായിരുന്നു

അപ്രധാനമായ കാര്യങ്ങളിൽ നിങ്ങൾ മുറുകെ പിടിക്കുമ്പോൾ, സമയം നിങ്ങളുടെ വിരലുകളിലൂടെ വഴുതിപ്പോകുന്നു.

മാറ്റം വേദനാജനകമാണ്. വളർച്ച കൂടുതൽ വേദനാജനകമാണ്. എന്നാൽ നിങ്ങൾ വ്യക്തമായും ഉൾപ്പെടാത്ത ഒരു സ്ഥലത്ത് തകർന്ന പട്ടം പോലെ താമസിക്കുന്നതിനേക്കാൾ വേദനാജനകമായ മറ്റെന്തെങ്കിലും ഉണ്ടോ. മിക്ക ആളുകളും ഒരിക്കലും സുഖപ്പെടുത്തുന്നില്ല. കാരണം അവർ ഇരുട്ടിൽ നിന്ന് സ്വയം മാറുന്നില്ല. ആരുടെയും പേരിൽ നിങ്ങളുടെ ഉറക്കം നഷ്ടപ്പെടാതിരിക്കുമ്പോൾ , അത് ഒരു വലിയ കാര്യമാണ് . അവർ അവരവരുടെ തരത്തിൽ പോയി ജീവിക്കട്ടെ .

അവർ ലളിതമായ ആത്മാക്കൾ ആയിരിക്കാം. പക്ഷേ അവർ ആരുടെയൊക്കെയോ നാടകത്തിൽ കുടുങ്ങുന്നു. അവർ ആ സ്ഥലത്ത് വേരൂന്നിയിരിക്കുന്നു. വേർപിരിഞ്ഞ ശേഷവും അവർ ആ വഞ്ചനയുടെ രംഗങ്ങൾ അവരുടെ തലയിൽ വീണ്ടും പ്ലേ ചെയ്യുന്നു. വീണ്ടും വീണ്ടും. ഭൂതകാലത്തെക്കുറിച്ച് ചിന്തിക്കുന്നു. ഞാൻ ഇത് ചെയ്തിരുന്നെങ്കിൽ എന്തായിരിക്കും എന്ന് . അവർക്ക് സംഭവിച്ച വഞ്ചനയുടെ സമയക്രമം നിർണ്ണയിക്കാൻ ശ്രമിച്ചുകൊണ്ട് . ഞാൻ അത് ചെയ്തിരുന്നെങ്കിൽ …അവർ എന്താണ് തെറ്റ് ചെയ്തത് എന്ന് ചിന്തിക്കുന്നു. നീ തെറ്റൊന്നും ചെയ്തില്ല. നിങ്ങൾ എല്ലാം ശരിയായി ചെയ്തു. അതായിരുന്നു പ്രശ്നം. നിങ്ങൾ എല്ലാം വളരെ നന്നായി ചെയ്തു.

നിങ്ങളാണ് ഏറ്റവും സന്തോഷമുള്ള സ്ത്രീയെന്ന് നിങ്ങൾ കരുതി. വിഷലിപ്തമായ ഈ പ്രണയം നിന്നെ സന്തോഷിപ്പിച്ചു എന്ന് നീ കരുതി. കാലക്രമേണ, സ്നേഹം എല്ലായ്പ്പോഴും മതിയാകില്ലെന്ന് നിങ്ങൾ മനസ്സിലാക്കി. പ്രണയത്തിലായിരിക്കുക എന്നതിനർത്ഥം നമ്മൾ എപ്പോഴും സന്തുഷ്ടരാണെന്നല്ല, അല്ലെങ്കിൽ നമ്മൾ സന്തുഷ്ടരായിരിക്കുമെന്നല്ല. നിങ്ങൾ സ്നേഹിച്ച ആരോ നിങ്ങളെ

വേദനിപ്പിച്ചുവെന്നറിഞ്ഞതിനു ശേഷവും ഈ പ്രണയം ചിലപ്പോൾ നിങ്ങളുടെ മനസ്സിൽ നിലനിൽക്കുന്നു. വഞ്ചകനുമായി പിരിയേണ്ട സമയമാണിത് എന്നതാണ് വിചിത്രമായ സത്യം.

നിങ്ങൾ സ്നേഹിക്കുന്ന വ്യക്തിയുമായി പ്രണയത്തിലായിരിക്കുമ്പോൾ തന്നെ നിങ്ങൾ അവരിൽ നിന്ന് വേർപിരിയണം. കാരണം, വെറുപ്പും സ്നേഹവും തമ്മിൽ വളരെ നേർത്ത രേഖയുണ്ട്. ഇത് ശക്തമായിരിക്കുമ്പോൾ ചെയ്യുക. കാരണം നിങ്ങളുടെ വീണ്ടെടുക്കൽ വേഗത്തിലാകും. നിങ്ങളുടെ ആത്മാവ് അത് നിങ്ങളെ മനസ്സിലാക്കും, നിങ്ങളുടെ ഉള്ളിൽ അത് ആഴത്തിൽ അനുഭവപ്പെടും, നിങ്ങളുടെ സ്നേഹം എത്രയാണെങ്കിലും, നിങ്ങൾ ക്ഷമിക്കാൻ തയ്യാറാണെങ്കിലും, അത് ഒരിക്കലും പഴയതുപോലെയാകില്ല. കാരണം അവർ ആരാണെന്ന് ഇപ്പോൾ നിങ്ങൾക്കറിയാം. ഈ ഘട്ടത്തിൽ, അല്ലെങ്കിൽ ഒരു ഘട്ടത്തിൽ, നിങ്ങൾ അവരെ വിട്ടയക്കേണ്ടിവരും. എത്രയും വേഗം അത് ചെയ്യുന്നുവോ അത്രയും നല്ലത്.

ശക്തയായ ഒരു സ്ത്രീ. ചിലപ്പോൾ അവളുടെ ഏകാന്തതയിൽ സ്വയം മുഴുകാൻ സ്വയം അനുവദിക്കുന്നു, പിന്നെ അവൾ ജീവിതത്തിൻ്റെ ചാരത്തിൽ നിന്ന് എഴുന്നേൽക്കുന്നു .

ആത്യന്തികമായി, നാമെല്ലാവരും നമ്മുടെ ജീവിതം മൂല്യവത്തായതിലേക്ക് നോക്കുകയാണ്. നാമെല്ലാവരും ആത്മാവിൻ്റെ ശേഷിക്കുന്ന ശകലങ്ങൾ ശേഖരിക്കുകയാണ്. ഒരു ലക്ഷ്യം കണ്ടെത്തുന്നു. നമ്മുടെ അപൂർണതകൾ മെച്ചപ്പെടുത്താൻ നിരന്തരം ശ്രമിക്കുന്നു. അതിനായി പരിശ്രമിക്കുമ്പോൾ തന്നെ

നല്ലൊരു ജീവിതം സ്വപ്നം കാണാൻ ശ്രമിക്കുകയും അത്
സാക്ഷാത്കരിക്കാൻ ശ്രമിക്കുകയും ചെയ്യുന്നു.

പിന്നീട് നമ്മുടെ പാതയിൽ നമ്മെ തടയുന്ന എന്തോ ഒന്ന് വരുന്നു.
ഒരു ബന്ധം. നമ്മൾ പ്രണയത്തിലാകുന്നു. സ്നേഹത്തിൽ നമ്മുടെ
ആത്മാക്കളെ നഷ്ടപ്പെട്ടു. അപ്പോൾ നമ്മുടെ ഉദ്ദേശം മറക്കും.
അപ്പോൾ നമ്മൾ എല്ലാവരും ജീവിക്കുന്നത് മറ്റുള്ളവരുടെ സ്വപ്നങ്ങൾ
നിറവേറ്റാനും അവരെ സന്തോഷിപ്പിക്കാനും വേണ്ടിയാണ്. നമ്മുടെ
ജീവിതം വളരെ വേഗത്തിലോ മന്ദഗതിയിലോ നീങ്ങുന്നു എന്നത്
നമുക്ക് പ്രശ്നമല്ല. ഞങ്ങൾ ആരുടെയോ കൂടെയാണ്. അവരുടെ
ജീവിതത്തിൻ്റെ വേഗത, അവരുടെ ആഗ്രഹങ്ങൾ, ആഗ്രഹങ്ങൾ,
നമ്മുടേതായി മാറുന്നു. അപ്പോൾ , എന്തോ ആ കുമിളയെ
തകർക്കുന്നു. നുണയും വഞ്ചനയും. ഹൃദയം എപ്പോഴും നമ്മെ
തിരികെ കൊണ്ടുവരുന്നു. ജീവിതത്തിലേക്ക് .

അത്തരമെരു സമയമാണ് ഇപ്പോൾ എൻ്റേത്. എല്ലാം
കടന്നുപോകുന്നു. എല്ലാവരും ഒരുമിച്ചിരിക്കുന്നതായും ആനന്ദത്തിൽ
ആയിരിക്കുന്നതായും തോന്നുന്നു. ഞാനൊഴികെ. ഞാനൊഴികെ
എല്ലാവരും ഒരുമിച്ചാണെന്ന് തോന്നുന്നു. ചുറ്റുപാടുമുള്ള എല്ലാവരും
പോലും , വ്സന്തുഷ്ടരാണെന്ന് തോന്നുന്നു. അവ ഒരു തികഞ്ഞ
ചിത്രം പോലെ കാണപ്പെടുന്നു. പക്ഷെ ഞാൻ തനിച്ചാണ്. എന്നിട്ടും
എനിക്ക് ഒരു വിഷമവും തോന്നിയിട്ടില്ല. ഈ യാഥാർത്ഥ്യം ഒടുവിൽ
വേർപിരിയലിലുള്ള എല്ലാവരെയും ബാധിക്കുന്നു. യാഥാർത്ഥ്യം
ഇപ്പോൾ ദിനചര്യയെ ആശ്രയിച്ചിരിക്കുന്നു. നിങ്ങൾ മാത്രം
പ്രാധാന്യമുള്ള ദിനചര്യ .

പീഡകൻറെ മുഖം ചിലപ്പോൾ എൻറെ ചിന്തകളിലേക്ക് മിന്നിമറയുന്നു. പക്ഷേ ഇപ്പോൾ അത് മങ്ങിയതായി തോന്നുന്നു. ഒരു മങ്ങിയ ഫോട്ടോ പോലെ. മസ്തിഷ്കം നിങ്ങൾക്കായി ഈ ഉപകാരം ചെയ്യുന്നു. ഏതെങ്കിലും തരത്തിലുള്ള മുറിവുകളുമായി ബന്ധപ്പെട്ട സാഹചര്യങ്ങളെയും മുഖങ്ങളെയും ആളുകളെയും മങ്ങിക്കാനും ഒടുവിൽ തടയാനും നിങ്ങളെ സഹായിക്കുന്നു.

എന്നാൽ സംഭാഷണങ്ങളുടെ ഓർമ്മകൾ തടയാൻ മസ്തിഷ്കം നിങ്ങളെ അനുവദിക്കുന്നില്ല. നിങ്ങളെ ഒരു ചിരിയുടെ ശബ്ദങ്ങളെ ഓർമ്മിപ്പിക്കുന്നു, കളിയാക്കൽ ഡയലോഗുകൾ നിങ്ങളെ ഓർമ്മിപ്പിക്കുന്നു, അഭിനന്ദനങ്ങൾ നിങ്ങളെ ഓർമ്മിപ്പിക്കുന്നു, ഐ ലവ് യു എന്ന പ്രതിജ്ഞകൾ, ബേബി യു ആർ ബ്യൂട്ടിഫുൾ, ബേബി യു ആർ സൂപ്പർ , ഡയലോഗുകൾ .

എനിക്ക് ഉറക്കം വന്നാൽ അവൻ പറഞ്ഞു. തീ പിടിക്കുക. കളിക്കാനുള്ള നല്ല മാനസികാവസ്ഥയിൽ എന്നെ എത്തിക്കൂ. ഞാൻ അവനോട് ചോദിക്കുന്നു ' നിനക്ക് കൂടുതൽ വേണോ ' ? ' അതെ കൂടുതൽ ' . ' രാത്രി ഇപ്പോഴും ചെറുപ്പമാണ്, എൻറെ ചക്കരെ . അവൻ അത് പറയുമ്പോൾ, ഞാൻ അവനെ എൻറെ ചൂടുള്ള നനഞ്ഞ വായിൽ എടുക്കും. പിന്നെ കഥ ആവർത്തിക്കുന്നു. ഈ മാരത്തൺ കളിച്ചതിന് ശേഷം ഞാൻ ഉറങ്ങുന്നു. ദിവസങ്ങൾ , ആഴ്ചകൾ , മാസങ്ങൾ , വർഷങ്ങൾ അങ്ങനെ പോയി. അപ്പോൾ ഞാൻ എല്ലാം അറിഞ്ഞു, അപ്പോൾ കുമിള തകർന്നു.

ഇപ്പോൾ എനിക്ക് മറ്റൊരു ജീവിതം ഉണ്ടായിരുന്നതായി തോന്നുന്നു. പക്ഷേ , എല്ലായ്പ്പോഴും ഒരു പക്ഷേ ഉണ്ട്. എനിക്ക് എൻറെ മനസ്സിനെ സുഖപ്പെടുത്തണം. ഞാൻ ഇതുവരെ അവിടെ

എത്തിയിട്ടില്ല. പക്ഷെ ഞാൻ എൻറെ വഴിയിലാണ്. അവിടെ എത്തും. നിങ്ങളും അവിടെയെത്തും. ദൃഢനിശ്ചയം ചെയ്യുക.

അതിനാൽ നിങ്ങളുടെ ഭയം ഏറ്റെടുത്ത് കടലിൽ എറിയുക. എല്ലാ രാത്രിയുടെയും അവസാനം മനോഹരമായ പ്രഭാതം കാണുക. നിങ്ങളിൽ നിന്ന് ഇരുട്ട് പോയതായി അനുഭവപ്പെടുക. നിങ്ങളുടെ പ്രക്ഷുബ്ധമായ ഹൃദയത്തിൻറെ മധ്യത്തിൽ, ശാന്തമായ ഒരു സ്ഥലമുണ്ട്. മാറ്റമോ പ്രണയനഷ്ടമോ ബാധിക്കാത്ത ഒരു സ്ഥലം. ഭയത്തിന് സ്ഥാനമില്ലാത്തിടത്ത്. ആ സ്ഥലത്തേക്ക് നടക്കുമ്പോൾ ഭയം ഓടിപ്പോകുന്നു. ഇപ്പോൾ നിങ്ങളുടെ ഉള്ളിലെ ആ സ്ഥലം അന്വേഷിക്കുക.

ഞാൻ ഈ യാത്രയുടെ മറുവശത്ത് നിൽക്കുമ്പോൾ, ഇത് ഒരു പീഡന ബന്ധം ഉപേക്ഷിക്കാൻ വേണ്ടി മാത്രമായിരുന്നില്ലെന്ന് ഇപ്പോൾ ഞാൻ മനസ്സിലാക്കുന്നു. ഈ യാത്ര എൻറെ ജീവിതം വീണ്ടെടുക്കാൻ വേണ്ടിയായിരുന്നു. സമ്പർക്കം വേണ്ടെന്ന തീരുമാനമാണ് സ്വാതന്ത്ര്യത്തിലേക്കുള്ള ആദ്യ യഥാർത്ഥ ചുവടുവെപ്പ്, സ്വയം പരിചരണത്തിൻറെ നിശ്ശബ്ദമായ നീക്കം. പിന്നീടുള്ള ഓരോ ദിവസവും എനിക്ക് വ്യക്തതയും രോഗശാന്തിയും നൽകി, അത് എല്ലായ്പ്പോഴും രേഖീയമായിരുന്നില്ല. ചില ദിവസങ്ങൾ നിശബ്ദത, സങ്കടം, ഇരുട്ട്, സംശയം എന്നിവയാൽ ദഹിപ്പിക്കപ്പെട്ടു, മറ്റുള്ളവ ആത്മവിശ്വാസത്തിൻറെയും ശക്തിയുടെയും പുതിയ ബോധത്താൽ നിറഞ്ഞു.

ഒരിക്കൽ ഒരു ശിക്ഷയായി തോന്നിയ നിശബ്ദത എൻറെ ഏറ്റവും വലിയ സുഹൃത്തായി മാറി. അതിൽ, സുഖപ്പെടുത്താനുള്ള ഇടം, എൻറെ സ്വന്തം മൂല്യത്തെക്കുറിച്ച് പ്രതിഫലിപ്പിക്കാനുള്ള ധൈര്യം,

എന്റെ വ്യക്തിത്വം വിട്ടുവീഴ്ച ചെയ്യപ്പെടുകയും മുങ്ങിപ്പോയ ഒരു ജീവിതത്തിലേക്ക് ഒരിക്കലും മടങ്ങിവരില്ലെന്ന ദൃഢനിശ്ചയം , എന്നിവ കണ്ടെത്തി. മെല്ലെ, തകർന്നുപോയ എന്റെ സ്വയത്തിന്റെ ഭാഗങ്ങൾ ഒരുമിച്ച് ചേർക്കാൻ എനിക്ക് കഴിഞ്ഞു. വ്യത്യാസം എന്തെന്നാൽ, ഇത്തവണ അത് കൂടുതൽ ശക്തമായിരുന്നു, ഓരോ ഭാഗവും ഒരു പുതിയ ജ്ഞാനം, സ്വയം അനുകമ്പ, അചഞ്ചലമായ അതിരുകൾ എന്നിവ ഉപയോഗിച്ച് പുനർനിർമ്മിച്ചു.

പുനർനിർമ്മാണ പ്രക്രിയയിൽ, ഞാൻ വീണ്ടും ജീവിക്കാൻ പഠിച്ചു. അതിജീവിക്കുക മാത്രമല്ല. ഞാൻ മറന്നുപോയ അഭിനിവേശങ്ങൾ പിന്തുടർന്നു, വളരെക്കാലമായി നഷ്ടപ്പെട്ട യഥാർത്ഥ സുഹൃത്തുക്കളുമായി വീണ്ടും ബന്ധം സ്ഥാപിച്ചു, ചെറിയ വിജയങ്ങളുടെ ദൈനംദിന സന്തോഷം സ്വീകരിച്ചു. ഏറ്റവും ആശ്ചര്യകരമെന്നു പറയട്ടെ, വേദനയ്ക്കപ്പുറമുള്ള ജീവിതം സാധ്യമാണെന്ന് മാത്രമല്ല അത് മനോഹരമാണെന്നും ഞാൻ കണ്ടെത്തി.

എന്റെ സഹജവാസനകളെ വീണ്ടും വിശ്വസിക്കാനും മറ്റെല്ലാറ്റിനുമുപരിയായി എന്റെ സമാധാനത്തെ വിലമതിക്കാനും ഞാൻ പഠിച്ചു, രോഗശമനത്തിലേക്കുള്ള യാത്ര പ്രതിരോധത്തിന്റെയും സ്വയം കണ്ടെത്തലിന്റെയും ഒന്നാണെന്ന് മനസ്സിലാക്കാൻ.

പ്രപഞ്ചത്തിൽ, ദൈവം സത്തയിൽ ഉണ്ട്.
സർവ്വശക്തനായ ദൈവത്തിന്റെ അതുല്യത നമ്മുടെ ശക്തിയില്ലായ്മയുടെ സൂചനയാണ്
വെള്ളയുണ്ടെങ്കിൽ കറുപ്പും ചാരനിറവും ഉണ്ടെന്നും...
പകൽ ഉണ്ടെങ്കിൽ രാത്രിയുണ്ട്

ആന്തരികവും ബാഹ്യവുമായ വൈരുദ്ധ്യങ്ങൾ നിറഞ്ഞ ഒരു
പ്രപഞ്ചമുണ്ട്
അവിടെ വെളിച്ചവും ഇരുട്ടും ഉണ്ട്...
മനുഷ്യർക്ക് നല്ല പ്രവൃത്തികൾ കൊണ്ട് ഇരുട്ടിനെ പ്രകാശിപ്പിക്കാൻ
കഴിയുമെങ്കിൽ
അവരുടെ ദുഷ്പ്രവൃത്തികളാൽ അവർ തങ്ങളുടെ ആത്മാക്കളെ
ഇരുട്ടിലേക്ക് വിധിക്കുകയില്ല.
എന്നാൽ രാത്രിയിലെ ഏറ്റവും ഇരുണ്ട നിമിഷം പ്രഭാതത്തിന്
മുമ്പുള്ള സമയമാണെന്ന് മറക്കരുത്
മനുഷ്യർ പലപ്പോഴും തെറ്റ് ചെയ്യുന്നു. എന്നാൽ മനുഷ്യർക്കും
സത്യങ്ങളുണ്ട് .
അവർക്കും പ്രതീക്ഷയുണ്ട്. നേരുള്ള മനുഷ്യർ
പിന്നെ നമ്മൾ ജീവിക്കുന്നിടത്തോളം
സ്നേഹത്തിൻ്റെയും സഹവർത്തിത്വത്തിൻ്റെയും നന്ദിയുടെയും
നിഴലിൽ നാം ജീവിക്കും.

ഇത് അവസാനമല്ല, തുടക്കമാണ്. നിയന്ത്രണത്തിൻ്റെയും
കൃത്രിമത്വത്തിൻ്റെയും നിഴലുകളിൽ നിന്ന് മുക്തമായി ജീവിച്ച ഒരു
ജീവിതത്തിൻ്റെ തുടക്കം. ഇത് വായിക്കുന്ന ഏതൊരാൾക്കും,
മോചനത്തിലേക്കുള്ള പാത നിങ്ങളുടേതാണെന്ന് ഓർമ്മിക്കുക, പാത
ബുദ്ധിമുട്ടാണെങ്കിലും, ലക്ഷ്യസ്ഥാനം ഓരോ ചുവടും
വിലമതിക്കുന്നു. നിങ്ങൾ പുനർനിർമ്മിക്കാനും രോഗശാന്തി
നൽകാനും മുമ്പത്തേക്കാൾ ശക്തമായി ഉയരാനും പ്രാപ്തരാണ്.
നിൻ്റെ പ്രണയത്തിന് പകരക്കാരൻ വന്നാൽ നിനക്ക് നഷ്ടപ്പെട്ടത്
നീ മറക്കും.

ഇത് നിങ്ങളുടെ നിമിഷമാണ്, മോചനം നേടാനുള്ള നിമിഷം.

ABOUT THE AUTHOR

Author Name - രചയിതാവിൻെറ പേര് - പോർച്ചുഗീസ് വംശജയായ ആംഗ്ലോ ഇന്ത്യൻ , ഋഷിക മെൻഡസ് , മിഡിൽ ഈസ്റ്റിൽ താമസിക്കുന്ന ഒരു ഏവിയേഷൻ പ്രൊഫഷണലാണ്. മലയാളം ഋഷിയുടെ മാതൃഭാഷയല്ല . രചയിതാവിനെ താഴെ കാണുന്ന വിലാസത്തിൽ ബന്ധപ്പെടാം:
hellorishimendez@gmail.com.

Caption